இசைக்கும் வயலினுக்குக் குருதியின் நிறம்

வலங்கைமான் நூர்தீன்

படைப்பு பதிப்பகம்
#8, மதுரை வீரன் நகர்
கூத்தப்பாக்கம்
கடலூர் - தமிழ்நாடு
607 002
☏ 94893 75575

நூல் பெயர்	:	இசைக்கும் வயலினுக்குக் குருதியின் நிறம் (கவிதைகள்)
ஆசிரியர்	:	வலங்கைமான் நூர்தீன்
பதிப்பு	:	முதற்பதிப்பு 2021
பக்கங்கள்	:	86
வடிவமைப்பு	:	முகம்மது புலவர் மீரான்
அட்டைப்படம்	:	படைப்பு டிசைன் டீம்
வெளியீட்டகம்	:	இலக்கிய படைப்பு குழுமம்
அச்சிடல்	:	படைப்பு மீடியா நெட்வொர்க்ஸ், சென்னை
வெளியீடு	:	படைப்பு பதிப்பகம்
பதிப்பாளர்	:	ஜின்னா அஸ்மி
விலை	:	ரூ 100

Title	:	Isaikum Vayalinukku Kuruthiyin Niram (Poems)
Author	:	Valangaiman Noordeen
Edition	:	First Edition - 2021
Pages	:	86
Printed by	:	Padaippu Media Networks, Chennai
Publishing Agency	:	Ilakkiya Padaippu Kuzhumam
Published by	:	Padaippu Pathippagam
Website	:	www.padaippu.com
E-mail	:	admin@padaippu.com
ISBN	:	978-81-950764-1-3
Price	:	₹ 100

பதிப்புரை

ஜின்னா அஸ்மி, பதிப்பாளர்
படைப்பு குழுமம்

தொடுதலில் தொடங்கி தொடுதலில் முடியும் அதிசயமே இசை. கருவிகளைத் தொட்டு செவிகளைத் தொடும் உலகப் பொதுமொழியான இசை, கடைசியில் இதயத்தைத் தொடும்போதுதான் சரீரம் சங்கீதத்தில் சங்கமிக்கிறது. ஒரு சத்தம், ஒலி, சலசலப்பு, இரைச்சல், ரீங்காரம் என அசைவின் மொழியாக இசை இருக்கிறது. ஒளியை ஏற்கும் கண்களில் வெளிச்சம் பிறக்கிறது ஒலியை ஏற்கும் மூளையில் ஞானம் பிறக்கிறது. மேலிருந்து கீழாகக் கலையும், கீழிருந்து மேலாகக் கவிதையும் கலக்கின்றன. இதற்கு இடையில்தான் மொத்த வாழ்வும் இருக்கிறது. இசையென்பது இசைக்கப்பட்ட கவிதை, கவிதையென்பது எழுதப்பட்ட இசை. மனதுக்குள் எழுந்து மௌனத்தில் ஒளிரும் சொற்களை மாயவிசை கொண்டு நவீன எழுத்துகளாக மாற்றி இருப்பதே 'இசைக்கும் வயலினுக்குக் குருதியின் நிறம்' எனும் நூல். நவீனத்தைக் கையாளும் விதமும் அதை நேர்த்தியாக வாசிப்பவர்களுக்கு பரிமாறும் முறையும் இந்நூலின் மிகப்பெரும் பலம்.

திருவாரூர் மாவட்டம் வலங்கைமான் எனும் ஊரைப் பிறப்பிடமாகவும் வாழ்விடமாகவும் கொண்ட படைப்பாளி வலங்கைமான் நூர்தீன் அவர்களுக்கு இது மூன்றாம் நூல். இவர், இன்றைய இலக்கிய உலகிலும், பத்திரிகை மற்றும் இதழ்களிலும் தன் படைப்புகளால் நன்கு அறியப்பட்டவர். படைப்பு குழுமத்தின் கலை இலக்கிய திங்களிதழான 'தகவு' இதழின் தலைமை நிருபராகவும் இருக்கிறார். மேலும் படைப்பு குழுமத்தால் வழங்கப்படும் மாதாந்திர சிறந்த படைப்பாளி என்ற அங்கீகாரத்தையும், கவிச்சுடர் எனும் தனித்துவமான உயரிய விருதையும் பெற்றவர் என்பது குறிப்பிடத்தக்கது.

எமது படைப்பு பதிப்பகத்தின் மூலமாகத் தனது நூலை வெளியிட முன்வந்த படைப்பாளி வலங்கைமான் நூர்தீன் அவர்களுக்கும், அணிந்துரை வழங்கிய கவிஞர் மானா பாஸ்கரன் அவர்களுக்கும், நூல் வடிவமைத்த படைப்பாளி முகம்மது புலவர் மீரான் அவர்களுக்கும் மற்றும் இந்நூல் வெளிவர உதவிய அனைவருக்கும் படைப்பு குழுமம் தனது நன்றியைத் தெரிவித்துக் கொள்கிறது

வளர்வோம்...! வளர்ப்போம்..!!

நன்றி

ஆனந்த விகடன்
நக்கீரன்
இனிய உதயம்
படைப்பு குழுமம்
கல்கி
கணையாழி
மகாகவி
பேசும் புதிய சக்தி
தி இந்து குழுமம் காமதேனு
தினமணி
தினமலர்
குமுதம்
குங்குமம்
வாசகசாலை
ஆக்கம் மின்னிதழ்
தாழ்வாரம் நவீன இலக்கியக் களம்

அணிந்துரை

போதிமர இலைகளும்...
நூற்றாண்டுகளின் தியான வாசனையும்!

கரையில் நின்று வளைந்தோடும் நதியழகை ரசித்த மனநிலையை அடைந்தேன் - இக்கவிதைத் தொகுப்பை வாசித்தபோது.

தூக்கணாங்குருவி கூடுகட்டி முடித்ததும், சிறு களிமண் உருண்டையை எடுத்துவந்து, கூட்டின் கரையில் ஒட்டி, அதில் மின்மினிப் பூச்சியைப் பிடித்து வந்து மினுக்கும் பகுதியை வீட்டுக்கு விளக்காகச் செருகிவிடும். இப்படித்தான் நூர்தீனின் மொழி வார்ப்பிலும் புன்னகை வெளிச்சம்.

'உறங்கும்போது மரணம் என்பது
கனவு போன்றது
பகிர்ந்துகொள்ள முடியாத சொப்பனத்தை
பத்திரமாக வைத்திருக்கலாம்'

- என்ற கவிதையில் கனவுகளோடு மரித்தவர்களின் கடைசி கனவு என்னவாக இருக்கும்? இனி நாம் விழிக்கப் போவதே இல்லை என்கிற நிஜத்தை அந்தக் கனவு அவர்களுக்கு உணர்த்தியிருக்குமா என்றெல்லாம் நம்மை யோசிக்க வைத்துவிடுகிறார்.

சிறந்த படிம அழகியலின் ஈரச் சுவடுகள் எல்லாக் கவிதைகளிலும். நாம் பார்த்துப் பார்த்துதான் அடியெடுத்து வைக்க வேண்டும். வாழ்தலின் ருசியை அறிமுகம் செய்வதுடன் தத்துவ முன்முடிவுகளைக் கிழித்து விடுகின்றன.

மூன்று குழந்தைகள் பூத்திருக்கும் ஓர் அழகான வீடு. இரண்டு பூனைகளும் உண்டு. ஐந்து உயிர்களுக்கு இடையிலான பாச வாசம். பூனைகளுக்கு பகல் - இரவு என பெயரிட்டு 'இரண்டு பூனைகளின் உலகம்' எனும் கவிதையினை முடைந்திருக்கிறார் நூர்தீன்.

'பகலுக்கும் – இரவுக்கும் இடையில்
அவை உருட்டிக்கொண்டிருக்கும் பந்துதான்
இருபுறமும் மாறி மாறி சுழன்று கொண்டிருக்கும்'

எனும் வரிகள் அன்பின் முதல் வரியை எழுதிச் சென்றுவிடுகின்றன.

நூர்தீனின் இன்னொரு கவிதைக்குள் சிறகுவிரித்து 'உணவு தேசத்திலிருந்து கூடு தேசத்துக்கு விரையும்' பறவைகள் வாசிப்பவனின் மாடங்களில் வந்தமர்ந்து விடுகின்றன.

இத்தொகுப்பில் பல கவிதைகளில் போதிசத்துவனின் போதிமர இலைகள் உதிர்ந்து கிடக்கின்ற. ஒவ்வோர் இலையிலும் நூற்றாண்டுகளின் தியான வாசனை.

'அன்று மட்டும் நிசியில் தனக்குத்தானே இசைக்கும்
வயலினிலிருந்து வழிந்துகொண்டிருக்கும்
வஞ்சிக்கப்பட்டவர்களின் ஜீவிதம் நசிந்த இறுதி இசை'

- இவ்வரிகளில் கேட்கும் துயரின் குரல் வலியின் இரத்தக் குறிப்புகள்.

உளவியல் பொதிந்த இக்கவிதைகளில் ஆயிரம் கிலோ வாட் மின் பாய்ச்சல். இருண்மையில் இருந்து சற்றுவிலகி வெளிச்சம் விரிக்கும் வித்தையை மிக லாகவமாக கைவரப் பெற்றிருக்கிறார் நூர்தீன். அகவெளி தரிசனங்களாகவே பூத்திருக்கிற இக்கவிதைகளின் இடுபொருட்கள் அபாரமானது. நூர்தீனின் ருசியின் பசிதான் இத்தொகுப்பு.

'பூனையை உள்ளே வைத்துப் பூட்டிவிட்டு
வெளியே பாய்ந்தோடுகிறீர்கள்
உங்களை வெளியே தள்ளிச் சாத்திவிட்டு
உள்ளே பதுங்கும் பூனைக்கு
புத்தனின் சாயல்'.

இதை வாசித்தபோது பலசமயங்களில் நம்முடைய 'நான்' உள்ளே வராமல் வெளியேயே நிற்பதை உணர்த்துகிறது இக்கவிதை.

பல கவிதைகளில் 'அகம்' என்பது சாத்தியிருக்கும் கதவைத் திறக்காமல் உள் நுழைய வேண்டிய பகலில் குகை என்பதைச்

சொல்லாமல் சொல்லிவிடுகிறார். இத்தொகுப்பை நூர்தீனின் 'உள்'ளிருப்புப் போராட்டம் என்றுகூட அழைக்கலாம்.

'என் வீட்டில் ஜன்னல்களே இல்லை
பாவமென உச் கொட்டுகிறீர்களா
நல்லவேளை உங்களிடம் சொல்லவில்லை
எனக்கு வீடே இல்லை
பரிதாபத்துடன் கடந்துவிடுங்கள்
எனக்கினி நாடே இருக்கப் போவதில்லை'

- என்கிற கவிதையில் சமகால அரசியல் தந்திரங்கள் கவிஞரை கோபப்பட வைப்பதை உணரமுடிகிறது. அடையாளங்களை அழிக்கும் முயற்சிகளை துயர்மொழியில் பதிவு செய்கிறது இக்கவிதை.

இத்தொகுப்பில் உள்ள கவிதைகளின் ஆழம் நூர்தீனின் உயரத்தைக் காட்டுகின்றன. அவ்வளவும் தீர்க்க மொழி. வனச்சமுத்திரம்.

'இரை தேடப் போகும் தாய்ப் பறவை
ராத்திரி உணவோடு
குஞ்சுகளுக்கு ஊட்டும் நட்சத்திரங்களையும்'

- உயிரியல் சங்கிலியில் ஜீவ மணிகளைக் கோத்துவிடுகிற நூர்தீன் இயற்கையின் சார்பு விதிகளை உள்வாங்கியிருப்பது அப்பட்டமாகத் தெரிகிறது.

நிலவில் இருந்து ஜரிகை நூற்பதைத் தெரிந்து வைத்துள்ள நூர்தீன் கடவுளைத் திறக்கும் கடவுச் சொல்லையும் ஊரறியச் சொல்லிவிடுகிறார்.

இப்புத்தகத்தில் நூர்தீனின் நிலம் புதிது. நதி, குளம், கண்மாய், குட்டை, ஆறு, ஓடை, சிற்றோடை, வாய்க்கால், கலங்கல், மடு, அணை, கிணறு, அகழி, ஊற்று, தடாகம் என நீர்நிலைகள் ஏராளம். ஈரத்துக்குப் பஞ்சமே இல்லை.

நமக்குத்தான் தாகம் வேண்டும்.

மானா பாஸ்கரன்

என்னுரை

இறைவனுக்கு நன்றி

இசைக்கும் வயலினுக்குக் குருதியின் நிறம். மூன்றாவதாகக் கவிதை நூல் கொண்டு வரும் எண்ணமெல்லாம் கனவிலும் இல்லாமல் உறங்கிக் கொண்டிருந்தவனை தட்டி எழுப்பி நிஜமாக்கிக் கொடுத்திருக்கிறது படைப்பு குழுமம். படைப்புகளையும் படைப்பாளிகளையும் முகாந்திரம் பாராமால் சிலாகிக்கும் ஜின்னா அஸ்மி அவர்களால் இந்நூல் சாத்தியமாகியிருக்கிறது.

வெகுஜனப் பத்திரிகைகள், சிற்றிதழ்கள், இணைய இதழ்களில் என் கவிதைகள் பிரசுரமாகிக்கொண்டுதான் இருக்கின்றன. தொடர்ந்து எழுதுவதற்கு அவ்வப்போது அலைபேசும்போது என் கவிதைகளாலேயே கிரியா ஊக்கி ஊட்டும் இந்து தமிழ் குழுமத்தின் ஆசிரியர் என் மதிப்பிற்குரிய மானா பாஸ்கரன் அவர்கள் மதிப்புரையை அவசரமாகக் கேட்டதற்கு மறுதலிக்காமல் புன்னகைக்கும் வேகத்தில் தந்து அசத்தியதற்கு என் இதய நன்றிகள்.

தாய், தந்தை, மனைவி லுப்னா, மகள் ஃபைஹா, மகன்கள் முகம்மது ரினான், அஹமது நிஹான், அக்கா வத்சலா ரமேஷ், மச்சான் வட்டூர் அ.கு.ரமேஷ், மருமகள் ரோஸ்லின் சமிக்ஷா இவர்கள் தான் என் உலகத்தின் கவிதைகள்.

நன்றி.

வலங்கைமான் நூர்தீன்
13-02-2021

0091-97877 09687
nfayha@gmail.com

இரண்டு பூனைகளின் உலகம்

பளீர் வெளிச்சத்தைப்போல வெண்மையாகவும்
பிரகாசிக்கும் இருளாய் கருமையாகவும்
இரண்டு பூனைகள் வளர்கின்றன வீட்டில்
வேறு நிறங்களின் துளிகூடக் கலப்பில்லாமல்
பார்த்துப் பார்த்து வாங்கினான் ரினான்

வெள்ளைப் பூனை அதிகமாய்
இரவு நேரங்களிலேயே வலம் வருகிறது
கறுத்த பூனை பகலையே அதிகம் விரும்புகிறது
இரண்டிற்கும் வித்தியாசம் வண்ணம் மட்டுமல்ல
அதன் உணவுகள் உண்ணும் இடம்
உறங்குமிடமெனப் பிரித்துக்கொண்டன

எப்போதாவது இரண்டும் சேர்ந்து நின்று
'மியாவ் மியாவ்' என்று கத்துவது
இரண்டு பியானோக் கட்டைகளை மாறி மாறி
அழுத்துவது போலவேயிருக்கும்
பகல் இரவைப்போல வலம் வருபவைகளுக்கு
டே, நைட் என்று தனித்தனியாக
பெயர் வைத்து அழைக்கிறான் நிஹான்

பகலில் வழிதவறி ஜன்னலில் நுழைந்த
வண்ணத்துப்பூச்சிகளைத் துரத்துவதும்
இரவில் பல்லிகளை விரட்டுவதுமென்பது
பூச்சைகளுக்கு விளையாட்டு
ஃபைஹாவிற்குப் பூனைகள் என்றால் சிறிது பயம்
அவளைக் காணும் சமயங்களில் மட்டும்
ஒளிந்துகொள்ளும் இரண்டும்

வீடு அமைதியாக இருக்கும் பள்ளி நாட்களில்
என்றாவது ஒருநாள்
இரண்டும் சேர்ந்து மாடிப்படிகளின் கீழ் கிடக்கும்
நீலக் கால்பந்தை உதைத்துக்கொண்டிருக்கும்
பகலுக்கும் இரவுக்கும் இடையில்
அவை உருட்டிக்கொண்டிருக்கும் பந்துதான்
இருபுறமும் மாறி மாறிச் சுழன்றுகொண்டிருக்கும்
இரண்டு பூனைகளின் உலகம்
அதில்தான் வாழ்கிறார்கள் மூன்று குழந்தைகள்.

■

துளிர்க்கும் பூ விழுந்த கண்கள்

அந்தி நடுங்கும் குளிர் படரும் மேய்ச்சல் நிலம்
சரீரம் குடைந்து ஊடுருவுகிறது சிலீர் ஊசிகள்
மேய்வதில் பரந்திருந்த செம்மறிகள் கூட்டம்
தூரத்திலிருந்து நோக்கும் விழிகளுள் மங்கலாக நுழைகிறது
மழை திரட்டிய மேகப் பஞ்சுகளின் வெண் மூட்டைகள்.

வயிறு நிரம்பி, அலகுகளிலும் அள்ளிக்கொண்டு
உணவு தேசத்திலிருந்து கூடு தேசத்திற்கு விரைகின்றன
படபடக்காத மாலை நேரத்து சிறகுகளைப் போலவே
இடையனின் இமைகளின் இடுங்கிய கண்களுக்கு
நேரத்தை உணர்த்திப் பறக்கும் புள்ளினங்கள்.

பிரம்பங்குச்சியை கக்கத்தில் செருகிக்கொண்டு
இலகியிருந்த நைந்த லுங்கியை இறுக்கவும்
மலையுச்சியைச் சூழும் சூல் கொண்ட முகில்களாய்
மேய்ப்பனைச் சுற்றி வளைக்கும் மறிகளுடன்
சேர்ந்து மிதப்பவனுக்கு,
தங்கள் உடல் போரத்திய கம்பளிகளால்
வெப்பத்தை அணிவித்து அசைபோட்டு அணைத்து நடக்கின்றன.

வலசை சென்ற பறவைகள் அடைந்த சமயம்
ஆடுகளை மேகமூட்டைகளாகக் கொட்டிலிலடைத்து
தரிசு நிலமாய் வெளியேறுபவனின், வற்றிய சிறு கண்ணீர்த்துளிகளாய்
தூறலைத் தொடங்கி சடசடத்துப் பொழிகிறது.

வெடித்துக் கிடந்த காணி நிலம் ஈரம் பற்றி
இடையச்சியின் பூ விழுந்த கண்கள் துளிர்க்க
வயிறு இறுக்கிய துண்டின் முடிச்சை விடுப்பவனின் இரைப்பையின் பசியை
நிரப்பிக்கொண்டிருக்கிறது மழைச் சத்தம்.

■

இசைக்கும் வயலினுக்குக் குருதியின் நிறம்

நூற்றாண்டைக் கடந்த பாழடைந்த பங்களாவின்
துருப்பிடித்து இத்துப்போன இரும்புக்கதவை
சங்கிலியால் இணைத்த பழம்பெரும் பூட்டில்
இன்னமும் பதிந்திருக்கிறது
இறுதியாகப் பூட்டியவரின் ரேகை

கொடும் வெயில் கடும் மழை இயற்கைப் பேரிடர்கள்
அத்தனையையும் மீறி பச்சையம் பூசி
நகைத்து நிற்கும் அதனுள்ளே
பேரிரைச்சலாய்க் கேட்கிறது நிசப்தம்

நடுக்கூடத்தின் சுவரில் நிர்கதியாய்த் தொங்கிக்கொண்டிருக்கும்
வயலினுக்குக் கருங்குருதியின் நிறம்
அதனருகில் அறையப்பட்ட ஆணியில்
மாட்டப்பட்டிருந்த செல்லரித்த காகிதக் கோப்பில்
ஊசலாடும் உயிர் போல இசைக்குறிப்புகள்

வருடத்தின் ஒரு பௌர்ணமி இரவில் மட்டும்
உத்தரத்திற்கு உத்தரம் குறுக்கும் நெடுக்குமாக
பறப்பதுமில்லை, அங்கே இருப்பதுமில்லை
அமானுஷ்யம் பூசிய வௌவால்கள்

அன்று மட்டும் நிசியில் தனக்குத்தானே இசைக்கும்
வயலினிலிருந்து வழிந்துகொண்டிருக்கும்
வஞ்சிக்கப்பட்டவர்களின் ஜீவிதம் நசிந்த இறுதி இசை;
வன்மங்கள், வஞ்சங்கள், ஏமாற்றப்பட்ட துரோகங்களென
துயரங்கள் இருளைக் கிழிக்கும் ஓலங்கள்
புறத்தில் கசிவதில்லை

அந்தத் திவசத்தில் நடு ஜாமத்தில் அத்தெருவில்
யாராவது கவனித்திருக்கிறீர்களா
பாசியம் அப்பிய அப்பெரிய வீட்டில்
தொங்கிக்கொண்டிருக்கும் சங்கிலியும், பூட்டும்
வயலினை இயக்கும் கரங்கள் போல மேலும் கீழும் அசைவதை.

■

கிக்னோன்பி

◉

மரணம்
அத்தனை சுலபமில்லை
அத்தனை கடினமுமில்லை
ஒரு முற்றுப்புள்ளிதான்
வைத்த பிறகு
அதைப் பற்றி எழுத அவசியமுமில்லை.

◉

அகாலத்தில் மரணமென்பது
இலகுவாயிருக்கும்
தூங்கி எழுந்து குளித்து உண்டு
அவர்கள் வரட்டும்
வராமலும் போகட்டும்.

◉

உறங்கும்போது மரணமென்பது
கனவு போன்றது
பகிர்ந்துகொள்ள முடியாத சொப்பனத்தை
பத்திரமாக வைத்திருக்கலாம்.

◉

மரணத்தின் வாசலில்
எந்த வரிசையில்
எத்தனையாவது ஆள் நான்
கூட்ட நெரிசலில்
இடித்துத் தள்ளுகிறார்கள் கிக்னோன்பி.

⦿
இரு சக்கர வாகனத்தை
சாலையோரத்தில் நிறுத்தி
அலைபேசும்போது
நடுவில் ஊர்ந்துகொண்டிருக்கும் மரவட்டைகளை
சிறு குச்சியாலோ என் செருப்பினாலோ
எத்தித் தள்ளுகிறேன்
சற்று தள்ளி விழும் அவை
தங்களைச் சுருட்டிக்கொள்ளும்
நசுங்கிச் சாகும் அதன் மரணத்திலிருந்து
சில நொடிகள்
சில நிமிடங்கள்
சில மணிகள்
காப்பாற்றியுள்ளேன்.
எங்கேயாவது சுருண்டு கிடக்கும்
ரயில் பூச்சிகளைப் போலவே
என் மரணமும்.
∎

ஓடும் நீரில் அமைதியில்லை

⦿
புத்தனின் தியானம் போன்று
அமைதியாக இருக்கிறது வனம்;
அமைதி என்றால் அப்படியொரு பேரமைதி.
திடீரென மௌனம் உடைத்து
கீச்சொலிகளுடன்,
சடசடத்துப் பறக்கும் பறவைகள்.
விழித்துக்கொண்டது போதிமரம்.

⦿
அது
மலைக்காடு.
மழைக்காடு.
தண்ணீரை
பிடித்துத் தள்ளுகிறது கீழே.
விழும் அருவிக்குத் தேவை
புத்தனின் தலை.
அதனடியில் அமர்ந்து
தியானியுங்கள்.
முட்டி மோதி பேராசைகளில்
ஆர்ப்பரிக்கிறீர்கள்.
சலசலத்து ஓடும் நீரில்
நிச்சயமாக இல்லை அமைதி.

⦿
புத்தன் பற்றிய கவிதைகள்
ஏராளமாய் இறைந்து கிடக்கும்
நூலகத்தின் அறை.
பொறுக்கி எடுக்கும் முகங்களிலெல்லாம்
பதிந்திருக்கிறது கவலைகளின் ரேகை.
நன்றாகவே அறைந்திருக்கின்றன
ஆசைகளின் கைகள்.

இசைக்கும் வயலினுக்குக் குருதியின் நிறம் வலங்கைமான் நூர்தீன்

◉
என்ன நினைத்தாய்
மனதில் கௌதமா..?
எதை உதறிச்சென்றாய்
அக்கணத்தில் சித்தார்த்தா..?
இன்று வரை
அமைதி இழந்து தவிக்கும்
அவ்விரவுக்கு
மௌனம் தான் உன் பதிலா புத்தா..?

◉
புத்தனை வரையும் ஓவியன்
புத்தனை வடிக்கும் சிற்பி
புத்தனைச் செதுக்கும் தச்சன்
இவர்களில் யாரும் அவனை
நேரில் பார்த்ததில்லை.
தத்ரூபமாக இருக்கும் புத்தர்கள்
யாருடைய வீட்டிலோ,
ஏதாவதொரு அலுவலகத்திலோ,
பௌத்த ஆலயத்திலோ
நிம்மதியாக அமர்ந்துவிடுகிறார்கள்.
யசோதரைகள் தேடுவதென்னவோ
கௌதம சித்தார்த்தன்களை.

∎

புத்தரின் சாயல் பூனைக்கு

◉
கண்களின் சிமிட்டல்களில்
சேமித்த நட்சத்திரங்களை,
உதிர்க்கும்
ஒவ்வொரு 'மியாவ்'களும்
பூனைகளின் பிரபஞ்சங்கள்.
அதற்குள் நுழையுமுன்
உங்கள் வாலைச் சுருட்டிக்கொள்ளுங்கள்.

◉
பூனைகளின் ராஜ்ஜியமென்பது
மிகச்சிறியதுதான்.
ராஜாவாகவோ ராணியாகவோ
கம்பீரமாக அமர்ந்துவிடுகிறது.
செவ்வனே சேவகம் செய்வது
நம் கடமையாகிவிடுகிறது.

◉
பூனை கண்களை மூடியதும்
இருட்டிவிடும் உலகத்தில்
இரண்டு மின்மினிப்பூச்சிகள் பறக்கின்றன.
அதைத் தாவித் தாவிப் பிடித்து விளையாடலாம்
வால்கள் முளைத்த யாரும்.

◉
உறி அறியாத பூனைகள்,
அடுக்ககங்களின்
கேஸ் ஸ்டவ்களின் மேல் உறங்குகின்றன.
ஸொமேட்டோக்கள்,
ஸ்விகி-களின்
அழைப்புமணிச் சத்தங்கள்தான்
எழுப்பிவிடுகின்றன அதன் பசியை.

◉

பூனையை
உள்ளே வைத்துப் பூட்டிவிட்டு
வெளியே பாய்ந்தோடுகிறீர்கள்.
உங்களை
வெளியே தள்ளிச் சாத்திவிட்டு
உள்ளே பதுங்கும் பூனைக்கு
புத்தரின் சாயல்.

■

தூண்டில் சுறாக்கள்

எதிரெதிர் அமர்ந்திருக்கும்
இருவரின் கோப்பைகளிலும்
சுறாக்கள் நீந்துகின்றன.
ஒரே மிடறில் உள்ளே தள்ளிவிட்டு
வெற்றுக்கோப்பையை மேசையில்
அவன் கிளங்'கென வைத்தபோது
அவனைச் சுறா விழுங்கியிருந்தது.

சுறா இவனை விழுங்கப்போகிறதா
இவன் அதை விழுங்கப்போகிறானா
இவனது கோப்பை தள்ளாடிக்கொண்டிருக்கிறது.

கடல்போல காட்சியளிக்கும் மதுபான அரங்கின்
மேற்கத்திய அதிரும் இசைப் பேரலைகளின் இரைச்சல்
அதில் தான் நீந்திக் கொண்டிருக்கிறார்கள்.

மங்கிய விளக்கொளியில் மத்திய வட்ட மேசையில்
தக்கைகளாய்க் கொங்கைகள் பிதுங்க,
துடுப்பு போன்ற கால்கள் மிதக்க,
துடிக்கும் புழு போல நெளியும் அவள் சரீரத்தில்,
விழிகள் இரண்டும் தூண்டில்கள்.

■

காற்றிசைக்கும் மரம்

⊙
ஓர் இலையைச் சுருட்டி
பீப்பி ஊதுகிறான்
டவுசர் மட்டுமே அணிந்த சிறுவன்.
இசைக்கும் காற்றில்
தன் மொத்த இலைகளையும்
சுருட்டிக்கொள்ள நினைக்கிறது
ஒற்றைப் பூவரசு மரம்.

⊙
மரத்தடியிலமர்ந்து
உருட்டி உருட்டி
உணவைக் கொறிக்கும் அணிலே
நீ மிரட்சியில் தாவியோட இங்கு யாருமில்லை
அந்தக் குரும்பை
உனக்காக உதிர்ந்தது
முழுவதும் ருசி
அடங்கட்டும்
தென்னை மரத்தின் பசி.

⊙
ஊஞ்சலாடிவிடத் துடிக்கும் மனதை
ஆசுவாசப்படுத்திக் கொள்வதைத் தவிர
வேறு வழியில்லை
முதிர்ந்த ஆழம் வேர்களில்
என்னை இருத்துகிறேன்
தாலாட்டுகின்றன
அசையும் விழுதுகள்.

⦿
வேம்பும் புங்கையும்
வாசலில் வைத்திருக்கிறோம்
புங்கைப் பூத்துப் பார்த்ததில்லை
மேயும் ஆடுகள்
நிழலுக்கு ஒதுங்கும்போதெல்லாம்
புங்கைக் கொப்புகளை ஒடித்துப் போடுகிறேன்.
புசிக்காத மறிகள் தலையுயர்த்தும் அந்நேரங்களில்
பூக்களைச் சொரியும்
வேப்பமரத்தில் இருக்கிறார்
நல்ல மேய்ப்பர்.

⦿
மஞ்சணத்தி மரத்தில்
காக்கை
கூடு கட்டியிருக்கிறது
நுணா பூத்துக் காய்க்கத் தொடங்கிவிட்டது
அடிக்கடி கேட்கமுடிகிறது
குயிலின் பாடல்.
∎

வெயில் மேயும் ஒட்டகம்

⦿
ஒட்டகத்தின்
நிறத்தைப்போல மணலும்,
அதன் முதுகைப் போல
ஏற்ற இறக்கங்களுடனும் பாலைவனம்.
மெதுவாக ஏறி இறங்கி வரும்
வெயில்
கொண்டு வருகிறது
கானல் நீரையும்.

⦿
தூரத்தில் தெரியும்
பேரீச்சம் மரத்தைத் நெருங்கி
அதன் மட்டைகளின் நிழலால்
அரேபியனைக் கட்டிப்போட்டுவிட்டு
வெயிலை மேய நகர்கிறது ஒட்டகம்.

⦿
காய்ந்துபோன குப்புஸ் ரொட்டிகளையும்
உலர்ந்த ஈத்தம் பழங்களையும் உண்பவனுக்கு
விக்கல் எடுப்பதற்குள்...
அரபியே, கனரக வாகனத்தை
பாலைவனத்திற்குள் வேகமாகச் செலுத்து.
உன் ஒட்டகங்களுக்குக் கொண்டு போகும்
பல்லாயிரம் லிட்டர் தண்ணீரில்
ஒரு குவளை மட்டும் அவனுக்குக் கொடு
அது அவன் குடும்பத்தின் கண்ணீர்.

◉
தண்ணீரைச் சுமந்து வருவதற்கு
ஆட்டுத்தோல்கள்
நிறைய இருக்கின்றன,
பாலைவனத்தில் கிணறு
எங்கேயாவதுதான் இருக்கும்.
நீ சுமந்து வரும்
முதுகுப் பையில் நிரம்பி வழியும் நீர்,
ஆட்டிறைச்சியைத் தின்றுவிட்டு
அதன் தோலை உனக்களித்தது
முதலாளியின் கருணையே என நினைக்கும்
உன் நெஞ்சில் தான் எவ்வளவு ஈரம்.

◉
கடற்காகம்
தலைக்குமேல் பறக்கும்போதெல்லாம்
அவனுக்கு விமானத்தின் நினைவு வரும்,
கைகளைச் சிறகுகளாக்கிப் பறந்து பார்ப்பான்.
ஏனோ அவன் விமானம்
பாலைவனத்தை மட்டும் வட்டமடித்துவிட்டு
ஒட்டகக் கொட்டகையில்
தரையிறங்கிவிடுகிறது.
∎

ததிங்கினத்தோம் தத்தோம்

◉
அணைந்த விளக்கில்
சுடர்விட்டு எரியும் தாபம்,
உணவிற்கலையும் பறவையைப் போல
அவளுக்குள் பறக்கிறது.
அதன் பசிக்கு உணவென்பது வேடன்.

◉
பற்குறிகளோ, நகக்கீறல்களோ
காயங்கள் அல்ல;
களிம்பு பூசிடும் முத்தங்களில்
இதழ்கள் விரிக்கும் மலரொன்று.
ரீங்காரமிடும் வண்டுகள் இசையமைக்க
ததிங்கினத்தோம் தத்தோம்.

◉
சொப்பனங்களை மடித்து மடித்து
ஒரு கப்பல் செய்திருக்கிறாள்.
கடலென தேகத்தில்
துடுப்பின் லாகவத்தோடு பயணம்;
கனவுகள் நெகிழ்ந்து
அலைகள் பேரலைகள் கடக்கிறான்.
சுனாமியை உள் வாங்கும் சமுத்திரத்தில்
எரிந்தடங்குகிறது எரிமலை.

◉
அர்த்த சாமத்து காமமென்பது
மின்மினிப்பூச்சிகளாய்
மினுக் மினுக்கென ஒளிர்கிறது.
அவ்வெளிச்சம் காட்டும் பாதை
பிரபஞ்சத்திற்கு வெளியே தூக்கி வீசுகிறது.
சொர்க்கத்திலிருந்து எழுந்து வருகிறார்கள்.

இசைக்கும் வயலினுக்குக் குருதியின் நிறம் / வலங்கைமான் நூர்தீன்

●
யௌவனம் ததும்பும்
அதிகாலைக் கலவி
மழைக்கு முன்னாலான
தும்பிகளைப் போல.
தூறல்களாய்
வெளிச்சம் பரவும் வரைக்கும்
கன்னாபின்னாவென்றுதான் பறக்கும்.
∎

சாபங்களால் ஆசிர்வதிக்கப்பட்டவன்

இந்தக் கவிதையில் தானாகவே
வந்தமர்கிறார் புத்தர்.
சொற்களெல்லாம் இலைகளாகி
விசிறினாலும்,
வியர்த்துக் கொட்டும் வார்த்தைகளை
ஆலிங்கனத்தில் ஆரத் தழுவும் அவரை
விறைத்து நிற்கும் வரிகளின் விருட்சம்
சட்டெனப் பெண் சரீரமாகி,
கரங்கள் முளைத்து, அவிழ்ந்த சடை தழைத்து
புணர்தலுக்கு விழைகிறது.

சரசத்தில் உச்சம் தலைக்கேறி
தாபத்தில் பித்தம் பிடித்தவனை
கற்சிலையாக்கி தன் காலடியில் இருத்துகிறாள்.
உதிர்ந்து விழும் பழுத்த இலைகளின் ஆசிர்வாதங்கள்
யாசோதரையர்களின் சாபங்கள்.

தன்னிச்சையாக உள் நுழைந்தவன்
தன் இச்சையால் இறுகிக் கிடப்பதே
பெரும் முற்றுப்புள்ளி போல் தெரிகிறது.

இராகுலன்கள் வரட்டும்;
அதுவரை இப்படியே கிடக்கட்டும் கவிதை.
∎

மீன்களாய்த் துள்ளும் ஜீவனம்

◉

என்னிடம்
ஒரு வெற்றுக்கோப்பை இருந்தது.
அதில் நானே என்னை
நிரப்பி நிரப்பிக் குடித்துக்கொண்டிருந்தேன்.
கோப்பை உடைந்த நாளொன்றில்
சிதறிய சில்லுகளை
யார் மனதையும் குத்தாமல் அப்புறப்படுத்துகிறேன்.
'கிளங்' என்ற சத்தம்.
வேறொன்றுமில்லை;
நான் தான் உடைந்துவிட்டேன்.

◉

மிடறு மிடறாக
விழுங்கும் வாழ்வை,
லபக்கென்று கவ்வும் நாயொன்று
வாலாட்டியபடியே நிற்கிறது.
நா வெளியில் தள்ளி
ஒழுகும் எச்சில் மரணம்.
நான் விட்டெறியும்
பொறையென்பது என் உயிர்.

◉

பாம்பு வளர்க்க ஆசைப்பட்டவன்
சுருண்டு படுத்திருக்கிறான்.
அவன் ஊதும் மகுடிக்கு
அவனே அவ்வப்போது
படம் எடுத்து ஆடுவான்.
பயத்தில் நெளியாமல்
அந்தப் ஓலைப்பெட்டியை
கொஞ்சம் திறந்துப்பாருங்கள்.
இல்லாத அரவமொன்று
நீலம் பாரித்துக் கிடப்பதை.

◉
உயர் ரத்த அழுத்தம்
உறையத் தொடங்கும் நேரம்
துரோகத்தின் குரோதம் துளித்துளியாய்
நெருப்பாய்ப் பரவும் மூளையின் அடுக்குகளில்;
பற்றி எரியும் சிதையின் முன்னே
கொஞ்சம் கொஞ்சமாய்
மறைந்து கொண்டிருக்கிறார்கள்.

◉
தொங்கும் கயிறு
தூண்டிலைப் போலவே
ஆடிக்கொண்டிருக்கிறது.
இரைக்குத் தவிக்கும் மீன்களாய்
துள்ளும் ஜீவனத்தில்
தக்கை அமிழும்
தருணத்திற்காகத்தான் காத்திருக்கிறார்கள்.
அவர்களுக்கும் சேர்ந்தே
விரிந்திருக்கிறது வலை.

■

திறந்தேயிருக்கும் கண்களின் கருணை

◉

கொடிக்காலுக்குப் போனவன்
அகத்திக்கீரைக் கொப்புகளை
ஒடித்து வந்து போடுகிறான் ஆடுகளுக்கு.
கசாப்புக்கடையில் அறுபட்டு
கோப்பையில் பிடிக்கப்படும் ரத்தம்,
வெத்தலை குதப்பி
காறி குரல்வளையால் உமிழ்ந்திருப்பது
வளர்த்தவனுக்கா, அறுத்தவனுக்கா
என்பதை விடுங்கள்.
துண்டித்துத் தனியே எடுத்த தலையில்
திறந்தேயிருக்கும் கண்களின் கருணை
நிச்சயமாக புசிப்பவர்களுக்கு.

◉

அறுத்து உரித்தெறிந்து
எல்லாப் பாகத்தையும்
தின்று ஜீரணிக்கிறோம்.
பதப்படுத்தப்பட்ட தோலின்
பணப்பைகள்
அடிக்கடி ஏப்பம் விடுகின்றன.

◉

மேய்ச்சலுக்கு இரைந்திருந்த மறிகள்
உச்சியின் உக்கிர வெக்கைக்கு,
பழுதாகி இயக்கத்தை நிறுத்தியிருந்த
காற்றாலை விசிறியின் ராட்சத நிழலில்
நா பிதுங்கி ஒரு சேர ஒதுங்கின.
நாளையோ மறுநாளே சில தினங்களிலோ
இறைச்சியாகப் போகும்
அவற்றின் தற்போதைய கொடுந்தாகம் தீர
தூரத்தில் சுழன்று கொண்டிருக்கும் விசிறிகளில்
ஒன்றே ஒன்று போதும்.
இக்கணத்தில் கழுத்தறுத்து விடலாம்
அத்தனை ஆடுகளையும்.

இசைக்கும் வயலினுக்குக் குருதியின் நிறம் வலங்கைமான் நூர்தீன்

◉

கிடையில் ஒன்றை
தனியே பிரித்துச் சந்தையில் வாங்கிய
கீரைக்கட்டுகளைத் தின்னக்கொடுத்தான்.

மந்தையில் மற்ற ஆடுகளுக்குக் கொல்லையில் முறித்த
வேப்பங்கொழுந்துகளையே பரிமாறிப் படர்த்தினான்

கீரையில் ஊட்டச்சத்துகள் அதிகம்;
மேலும் கூடுதல் சுவையும்,
தனக்கு மட்டுமே கிடைத்ததில்
தலைக்கனத்துப் போனதா கொழுத்த மறியே..?
நாளை வாடிக்கையாளர்களிடமிருந்தது
புகார்கள் வந்துவிடுக்கூடாதல்லவா கசாப்புக்கு;
'இறைச்சியில் ஒரே கசப்பு'.

◉

பல்லிடுக்குகளில் சிக்கிக்கொண்ட
இறைச்சித் துணுக்குகளை
கூரான சிறு குச்சியால் குத்தித்தள்ளும்போது,
இடையனின் விரட்டி ஓட்டும்
அதிகாரம் விரல்களுக்கு வந்துவிடுகிறது.
பல் குச்சியின் வேகம்
சில நேரங்களில் ஈறுகளைப் பதம் பார்க்கும்போது
'மே...' வெனக் கத்திவிடுகிறோம்.

■

தலைகீழ் நிற்கும் புத்தர்

⦿

கூட்டம் கூட்டமாக
புறாக்கள் பட படத்த
புராதன வீட்டில்
இப்போது ஆட்கள் வசிக்கவில்லை.
எப்போது வேண்டுமானாலும்
நொறுங்கி உடைந்து விழலாம்
என்ற கையறு நிலையில்
தேக்கு உத்திரங்களில்
முட்டுக்கொடுத்துத் தொங்கும் வௌவால்கள்,
அவ்வப்போது தூக்கிக் கொண்டு பறக்கும்
சிதிலமடைந்த கட்டிடத்தையும்.

⦿

ஆதிக்காலத்து வீடு
பூட்டியே கிடக்கிறது.
அதன் துருப்பிடித்த சாவி
வௌவால்களிடம் இருக்கிறது.
பூட்டுடைத்தோ, கதவுடைத்தோ
உள்ளே நுழைவதற்குத்தான்
இப்படித் தலைகீழாக நிற்கிறீர்கள்.

⦿

குறுக்கும் நெடுக்குமாக
அங்குமிங்கும் சடசடத்துப் பறக்கும்
வௌவால்களைக் கட்டுப்படுத்துவதென்பது
அத்தனை சிரமம்.
உடைந்து விடாமல்
எப்படித் தலைக்கீழாக நிறுத்தப் போகிறீர்கள்
அந்த புத்தர் சிலையை..?

⦿

இருளைப் பூசிக்கொண்டு
அங்கலாய்த்து அலைந்த வௌவால்களே,
விடிந்துவிட்டது.
காகங்கள் சுமந்து பறக்கின்றன,
நீங்கள் இறக்கி வைத்த இரவை.

இசைக்கும் வயலினுக்குக் குருதியின் நிறம் / வலங்கைமான் நூர்தீன்

◉

எங்கே போகிறீர்கள்..?
மயானக்கரை புளியமரத்தில்
யாருக்காகவும் காத்திருக்கவில்லை.
நீங்கள் விரட்டியடித்த
வௌவால்கள.

■

டிசம்பர்-31 நள்ளிரவு

இவ்வருடத்தின் இறுதி இராத்திரியிடம்
விடை கொடுப்பதும் விடை பெறுவதும்
அத்தனை இலகுவாகவில்லை.
அதனிடமிருந்து அட்டைப்பூச்சியைப் போல
கறுப்பு இரத்தத்தை முழுவதும் உறிஞ்சிக்கொண்டு நிர்கதியாக்கி ஒருசேரத்
துரத்துகிறோம்.

இந்த இரவு அத்தனை இருளலல்ள
இந்த இருள் அத்தனை நிசப்தமல்ல
இந்த நிசப்பதங்களைக் கிழிக்கிறது பேரிரைச்சல்
கடைசி இருளை ஏன் இவ்வளவு வெளிச்சங்களால்
போர்த்தி வைக்கிறோம்
இத்தனை நாட்களும் பிரகாசித்ததே இருள்
ஒளிகளைப் பீய்ச்சி ஏன் குருடாக்குகிறோம்
இந்த இரவு சற்று அதிகமாகவே தள்ளாடுகிறது
அளவுக்கு மீறி மதுவைப் புகட்டியிருக்கிறோம்.

இருளின் அடர்த்தியை நிரப்பியிருக்கும் மனிதர்களும்
இராத்திரியைச் சூழ்ந்திருக்கும் மின்சார விளக்குகளும்
கடைசி இரவை உலகமெல்லாம் செயற்கை பகலாக்குகிறது
பகல் விடிந்து பகல் வரப்போகிறது
பகலை விழுங்கி பகல் பிறக்கப்போகிறது.

அடுத்த வருடத்தின் முதற் பகல் வேகமாக தேடியோடக்கூடும்
தடுத்து நிறுத்த முயற்சிக்கவேண்டாம்
முதலிரவாகக் காத்திருக்கும் இன்று இல்லாத இரவு.

■

உருண்டைப் பூ பூப்பதேயில்லை

◉

வானம் பூமிக்கு
பகலைப் பரப்புகிறது
இரவை அருள்கிறது
மழையைப் பொழிகிறது
வெயிலை நிரப்புகிறது.
இதையெல்லாம் வானம்,
சும்மா ஒன்றும் செய்துவிடவில்லை.
பூமி தினமும் அனுப்பிவைக்கிறது
விதவிதமான பறவைகளை.

◉

எத்தனை எம்பிக் குதித்தாலும்
உங்களால் விண்ணைத் தொடவே முடியாதுதான்.
கடுஞ் சினத்தில் பூமி உங்களை
பூமராங் போல வீசியெறிந்தால்
அது சாத்தியப்படும்.
பூமிக்கு உங்கள் மீது
அத்தனை கோபம் வரவேண்டுமென்றால்
அதன் மீது நீங்கள்
சிறுநீர் கழிக்கவே கூடாது.

◉

பூமி சுற்றிவரும்
வட்டப்பாதையில் அமர்ந்துக்கொண்டு
எழுதிக்கொண்டேயிருக்கிறான்
உலகத்தின்
ஒட்டுமொத்த ரகசியக் கவிதைகளையும்.
தானும் வாசிக்கிறேனென்று,
அத்தனை கவிதைகளையும்
பொறாமையில் எரித்து விடுகிறது சூரியன்.

⦿
பகலும் இரவும்
சந்தித்துக்கொள்ளும் நேரங்களில்
உருண்டையாக ஒரே ஒரு பூ.
அந்தப் பூ காய்ப்பதுமில்லை
அந்தப் பூ உதிர்வதுமில்லை
அந்தப் பூ பூப்பதேயில்லை.

⦿
நிற்பதற்குக் கூட
துளி இடமும் இல்லையென்றானபோது
குதித்துவிட்டேன்.
கீழ்நோக்கி பாய்ந்துக்கொண்டிருக்கும் அச்சத்தில்,
மேல் நோக்கிப் பார்க்கிறேன்.
தலைக்கு மேல் அசுர வேகத்தில் விழுகிறது
ராட்சத உருண்டையாக
எனக்குப் பின்னால் குதித்த பூமி.
■

பறவைகள் சொல்லாத ரகசியங்கள்

வானத்திற்கும் பறவைகளுக்குமான உறவு
பறத்தலில் இருக்கிறது
பூமிக்கும் பறவைகளுக்குமான உறவு
உணவில் இருக்கிறது

வானத்தின் ரகசியங்களை பூமியும்
பூமியின் ரகசியங்களை வானமும்
கிளறுவதேயில்லை
பறவைகளும் சொல்வதேயில்லை

பகலை வானத்திற்கும்
இரவை பூமிக்கும்
கொண்டுசெல்வதில் இருக்கிறது
அத்தனை ரகசியங்களும் பறவைகளிடம்
■

காலத்தின் பசி

ஏழு குதிரைகளின் வேகத்தில்
ஓடிக்கொண்டிருந்தது காலம்.
அது பசியால் கனைக்கும்போதெல்லாம்
தீனியாகக் கொள்ளு கொடுக்கப்பட்டது;
ஓட்டத்தில் சுணக்கம் ஏற்பட்டபோது
கொள்ளோடு ரம் சேர்த்துக் கலக்கப்பட்டது.

ஏழு குதிரைகளின் வேகம்
ஏழாயிரம் குதிரைகளின் வேகமாக
தறிக்கெட்டு ஓடியது.

எப்படியாவது காலத்தைக் கட்டுப்படுத்த வேண்டும்
அல்லது நிறுத்த வேண்டும்;
உயர் ரக ரம் மட்டுமே பீப்பாய் பீப்பாய்களாக
காலப் புரவிக்குப் புகட்டியபோது
தறிக்கெட்ட காலம் மதிகெட்டும் ஓடியது.

சிறுநீரகம் வீங்கி, ஈரல் அழுகி
தள்ளாடிய காலம் மல்லாடி வீழ்ந்தபோது
அவசர அவசரமாகக் கொண்டு போய்
அவசரப்பிரிவில் சேர்க்கப்பட்டது.

காலம் இப்போது
மரண வேகத்தில் ஓடிக்கொண்டிருக்கிறது.

∎

சதுரச் சிலுவையில் மோட்சம்

◉

இரவுக் கச்சேரிகளை ரசிக்கும்
பாம்புகளுக்கு செவிகளில்லை.
பசி தாளம் போடும் வயிற்றால்
நெளியும் அவைகளை,
இசை விருந்துக்கு அழைக்கும் தவளைகள்,
பாடிக்கொண்டேயிருக்கும் தங்களின்
இழவுப் பாடல்களை.

◉

நீண்டு கிடக்கும் சர்ப்பம்
இரையை விழுங்கி,
வயிற்றுக்குள் நெளித்து நெளித்து
உணவைத் தள்ளிக்கொண்டிருப்பதைப் போல
குண்டும் குழியுமான
இந்த மழைச்சாலையில்
எம்பிக் குதித்துப்போகும் அந்த வாகனம்
ஒரு ராட்சதத் தவளை.

◉

எச்சிலொழுக
சிறு கரங்களை நிலத்தில் உந்தி
பூக்கால்களால் தாவித் தாவித் செல்லும்
சில மழலைகள்
தவளை மொழி பேசுகிறார்கள்.

◉

உயிரியல் ஆசிரியர்
தவளை பிடித்து வரச் சொன்னதும்
பாம்புகளாய் நெளியும்
மாணவர்கள்,
வகுப்பறையிலிருந்து
ஊர்ந்து செல்கிறார்கள்.

◉

மாணவர்களிடம் பிடிபடும் தவளைகள்
புண்ணியம் செய்தவை.
சதுரச் சிலுவைகளில் அறையப்பட்டு
மோட்சம் பெறுகின்றன.

■

ஒரு சொட்டுக் கைரேகை

●
அவன் கன்னத்தில்
அறைந்து அறைந்து,
அத்தனை மென்மையாகிவிட்ட
கரங்களால்,
நீவிக் கொடுத்துச் சமாதானப்படுத்து;
தேம்பித் தேம்பி அழும்
உன் கல் நெஞ்சை.

●
வரிசையில் நிற்கும்
அத்தனை முகங்களிலும்
ரேகைகள் பதிந்திருந்தன.
காறி உமிழ்வதற்குத்தான்
அவனிடம் முகமே இல்லை.

●
சம்பளம் வாங்கியதற்கு ஆதாரமாக
கைநாட்டு வைக்கச் சொல்கிறார்கள்.
கண்ணீர்த்துளி மசி
கன்னத்தில் உருண்டு
தாளில் விழுகிறது
ஒரு சொட்டு கைரேகை.

●
ஒடிந்து விழப்போகும்
இத்துத் துருப்பிடித்த ஆணிகளைப்போல்
உன் விரல்கள்.
இனி அறைவதற்கு கடவுளைத் தவிர
உனக்கு வேறு யாருமில்லை.

●
செய்த பாவங்களுக்கு
ஆதாரங்கள் இல்லையென்று
தண்டனைகளிலிருந்து
தப்பி ஓட முடியாது.
கடவுள் வருடிக் கொடுக்கும் கன்னங்கள்
உன்னைக் காட்டிக்கொடுக்கப்போவதில்லை.

■

கடவுள் என்பவன் யார்...?

◉
பூமி உருண்டையாக இருக்கிறது
அதை நீங்கள் தான்
உருட்டுகிறீர்கள்
எதிர்த் திசையில் அவர்களும்
உருட்டுகிறார்கள்
வலது, இடது திசைகளில்
மற்றவர்களும் உருட்டுகிறார்கள்
பூமி சுற்றவில்லை
நாம் தான் அதை விடாமல்
உருட்டுகிறோம்.

◉
உங்களின் நன்னடத்தைகள்
சொர்க்கத்தின்
பாதைகள் அல்ல.
மயானத்திற்கான வழி.

◉
தூணிலும் இருக்கிறான்
துரும்பிலும் இருக்கிறான்.
கடவுளை இரக்கமற்று
நசுக்கிவிடாதே.
அந்த எறும்பிலும் இருக்கிறான்.

◉
கடவுள் என்பவன் யார்?
இறைவன்.
இறைவன் என்பவன் யார்?
மனிதன்.
மனிதன் என்பவன் யார்?
மன்னிக்கவும்
அப்படி யாரும் இல்லை.

◉
உயிர் பிரியும் போதுதான்
எல்லோருக்கும்
சரியாக வந்துவிடுகிறது
நல்ல நேரம்.
∎

நண்டுகள் பாடும் நடவுப் பாடல்கள்

⦿
அந்த மரங்கொத்திப் பறவை
மொட்டைத் தென்னைமரத்தைக் குடைவதிலும்
அருகிலோடும் வாய்க்காலிலிருந்து
அலகில் மீனோடு மீன்கொத்தி பறப்பதிலும்
அப்படி ஒன்றுமில்லைதான்
ஆனாலும் எழுதிவிடுகிறது வரிகளை விழிகள்.

⦿
சிதிலமடைந்த படிக்கட்டுகளிலமர்ந்து
தூண்டிலிடுகிறார்கள் சிலர்
குளத்தில் மேல் பறக்கும் பறவைக்கு
மீன்கள் நீந்துமிடங்கள் தெரிகின்றன
புழுக்கள் துடிக்குமிடத்தை நோக்கியே
நீந்துகின்றன மீன்கள்.

⦿
நீரில் முங்கிச் சேற்றைப்பிழிந்து
துள்ளும் மீனோடு
கரையேறும் சிறுவனுக்காக
இன்னொரு விறாலை
அவசரமாக
சேற்றில் புதைக்கிறது குளம்.

⦿
தொண்டையில் கசியும் காயத்தோடு
கரையில் துள்ளி என்ன பயன் கெளுத்தியே
உன் மீசையை முறுக்கிய குறவைகள்
தூண்டிலில் சிக்குவதில்லை தெரியுமா..?

⦿
வயல்களில் மேய்ந்துவிட்டு
திரும்பும் நண்டுகள்
நடவுப் பாடல்கள பாடுகின்றன
குளத்தில் மேலெழும்பி துள்ளாடும்
விடலை மீன் குஞ்சுகள்.

∎

இசைக்கும் வயலினுக்குக் குருதியின் நிறம் / வலங்கைமான் நூர்தீன்

குளிப்பதற்குக் குருதி

◉
என் வீட்டில் ஜன்னல்களே இல்லை
பாவமென உச் கொட்டுகிறீர்களா
நல்லவேளை உங்களிடம் சொல்லவில்லை
எனக்கு வீடேயில்லை
பரிதாபத்துடன் கடந்துவிடுங்கள்
எனக்கினி நாடே இருக்கப்போவதில்லை.

◉
எனக்கு வாக்கில்லை
எனக்கு ரேசனில்லை
எனக்கு இடமில்லை
எனக்கு ஆதார் இல்லை
எனக்கு அடையாளமும் இல்லை
ஆனால் உயிர் இருக்கிறது
அதில் திமிர் இருக்கிறது.

◉
எங்கே போகச் சொல்கிறீர்கள்
எங்கேயும் செல்லப் போவதில்லை
என்ன செய்துவிடுவீர்கள்..?
வனமிழந்த விலங்குகள்
மதம் பிடித்தலையும்
நாடிழந்தாலும் மனிதம் பிடித்தலைவோம்.

◉
நீர் அழியப்போகும் நாட்டில்
மாடுகள் வளருங்கள்
தாகமெடுத்தால்
குடிப்பதற்கு மாட்டு மூத்திரம்
நாற்றமெடுத்தால்
குளிப்பதற்கு மனித ரத்தம்.

◉
இனம் அழி
மொழி ஒழி
மாணவர்களை நோக்கி
துப்பாக்கியை நீட்டு
வெடித்துச் சிதறும் குரல்களில்
அடங்கட்டும் தோட்டாக்களின் சப்தம்.

∎

யசோதரையின் கண்ணீர்

◉

போன்சாய் மரமே போன்சாய் மரமே
அவ்வப்போது உன் அடியிலமர்ந்து
சற்று இளைப்பாறுகிறேன்
யாரிடமும் சொல்லிவிடாதே
அந்நேரங்களில்
நான் உன்னைவிடச் சிறிதாகிவிடுவதை.

◉

மரபணு மாற்றத்தில்
வளர்ச்சி குறைக்கப்பட்ட
அரச மரத்தின் அடியில்
சிறு புத்தர் சிலையை அமர்த்தினேன்
இப்போதெல்லாம் நீர் ஊற்றாமலே
சிறு தொட்டியின் மண்
ஈரப்பதத்துடன் காணமுடிகிறது
யசோதரையின் கண்ணீராகயிருக்கலாம்.

◉

எவ்வளவு பெரிய ஆலமரம்
இப்படிச் சுருக்கப்பட்டு வரவேற்பரையில்.
என் வீட்டிற்கு வரும்போது
அதன் விழுதுகளைப் பற்றி
யாரும் ஆடிவிடாதீர்கள்
விழந்து நொறுங்கிவிடும்
உங்கள் பால்யமும்.

◉

சின்னச் சின்ன மரங்கள்
அதில் சின்னச் சின்னதாய்
பூக்களும் கனிகளும்
அதற்கேற்றார்போல் மிகச்சின்னதாய்
பறைவைகளும் அணில்களும் இருந்தால்
எவ்வளவு அழகாயிருக்கும்
ச்சே...!
ஏன் இப்படிச் சிறுத்துவிடுகிறது மனசும்.

⦿
தொகுப்பகங்களில்
ஆசை ஆசையாய் வளர்க்கப்படுகின்றன
போன்சாய் காடுகள்
அதில் பதுங்கியிருக்கும்
கொடிய வகை மிருகங்கள்
வெளியே போய் வேட்டையாடுகின்றன.

∎

நெளியும் அரவம் விழுங்கும் இரவு

இந்த ராத்திரி அத்தனை கறுப்பாயிருக்கிறது
நட்சத்திரங்களையும் நிலாவையும் காணவில்லை
கருமேகங்கள் சூழ்ந்திருக்கலாம்
ஒரு சின்ன மின்னல் ஒளிக்கீற்று பளீரிட்டு மறைந்ததில்
மழை வருவதற்கான அறிகுறியை
செவிகளில் நுழைத்து உறுதிப்படுத்தியது சில்காற்று.

தவளைகளின் பாடல்களைக் கேட்பதற்கு ஆளில்லாத
இந்தச் சாலையில் உறங்கும் அந்தத் தூங்குமூஞ்சி மரத்தில்
யாருக்காக விழித்திருக்கிறது ஒற்றை ஆந்தை
தூரத்தில் கேட்கும் இடிக்கு வலதும் இடதும்
தலையை அசைக்கையில் இருளையும் அசைத்துப் பார்க்கிறது.

குளிர் இரவைத் தின்கிறதா குளிரை இரவு தின்கிறதா
எதன் பசியைப் போக்க சடசடத்துக் கொட்டும் தூறல்கள்
தேரைகளின் வாய்களை அடைக்கையில்,
சினம் கொண்டு சாலையின் மறுபுறத்திற்கு நெளியும் பெரும் அரவம்
இரவையும் குளிரையும் விழுங்கிக்கொண்டே நகர்கிறது
மேக நுரைத்தள்ளி வானம் நீலம் பாரிக்கும்போது
உயிர்பெற்று அசையும் வரிகளில் கண் விழிக்கிறது பகல்.

∎

பூக்கரங்களில் அமரும் குருவி

◉

தொகுப்பக வீட்டில்
போன்சாய் வளர்ப்பதில்
என் மீது புகார்கள் அவை வைப்பதில்லை,
அவ்வப்போது மனசில் சிறகுகள்
முளைக்கும்போதெல்லாம்
தொட்டி மரத்தில் பறவையாகிவிடுவேன்.

◉

பால்கனியில் கூண்டுப்பறவைகள்
கம்பி இடுக்குகளின் வழியே
கண்களை மேல் நோக்கிப் பார்த்து
கூச்சலிட்டு இறைஞ்சுகின்றன.
அதன் காதில் யார் போய் சொல்வது
குருவிகளின் ஆசையை.
ஒருநாளாவது கூண்டுக்குள் இறங்கி வா
செவிட்டு வானமே.

◉

கொஞ்சுவதும் குலாவுவதும்
கூடுவதும் புணர்வதும்
முட்டைகளிட்டு குஞ்சுப் பொரிப்பதும்
அத்தனை சிரமங்களில்லை.
றெக்கைகள் முளைக்கும் சமயங்களில்
பறத்தலுக்குப் பதிலாக
நடக்கப் பயிற்சி தருவதில்
குஞ்சுகளிடும் மண்டியிடும் தாய்ப் பறைவகள்
சபிக்கின்றன கூண்டுகளையும்.

●
நான்கடுக்கு அடுக்ககத்தின்
மூன்றாவது தளத்தில்
நாலாபுறமும் அமைந்துள்ள நான்கு வீடுகளிலும்
கூண்டுகளில் லவ் பேர்ட்ஸ்
கீச் கீச் சென படபடக்கின்றன
விடுமுறை நாட்கள் மற்றும் மாலை நேரங்களில்
அந்தத் தளத்தின் மனிதர்கள்
அதே தளத்தின் வெவ்வேறு வீடுகளுக்கு சென்றுவருகிறார்கள்
நான்கு வீட்டின் குழந்தைகளும் விளையாடும்போது
ரகசியமாக பேசிக்கொள்கிறார்கள்:
'டி.வி. ல வர்ற மந்திரவாதிய
எப்படியாச்சும் இங்க கூட்டிவந்து
சொல்லிக்கொடுக்க சொல்லணும்பா
கூடுவிட்டு கூடுபாயும் வித்தையை
நம்ம குருவிகளுக்கும்'.

●
வாயில் எச்சில் ஒழுகத் தவழ்ந்து வரும் மழலை
தத்தித் தத்தித் தடுமாறி தள்ளாடி எழுந்து
ஈ... ஈ....னு இளித்தபடியே
தொங்கும் கூண்டினைப் பார்த்து
இரு கைகளையும் உயர்த்துகிறது.
கண நேரத்தில்
குழந்தையின் பூக்கரங்களில் அமர்ந்து
கூண்டுக்குள் திரும்புகிறது தாய்க் குருவியொன்று.

■

பால்கனியிலிருந்து வரும் சப்தம்

தினமும் மதியம் ஒரு மணிக்கு
என் பால்கனியில் வந்தமர்கிறது அந்த காகம்.
துணிகள் காயும் நைலான் கயிற்றிலிருந்தவாறே
மேலும் கீழும் இடமும் வலமும் தலையை உருட்டியவாறே
நான் இருப்பதை உறுதி செய்து கொள்கிறது.

என்னிடம் என்ன எதிர்பார்த்து வருகிறது இக்காகம்
ஒரு சிறு கவளம் சோற்றுருண்டையைத் தவிர.
ஜோடியாகவோ கூட்டத்துடனோ வருவதில்லை
சில நாட்களில் உணவருந்தாமலே கூட பறந்துவிடும்.

தினந்தோறும் வருவது ஒரே காகம்தானா..?
ஐயம் எனக்கும் எழாமலில்லை
நான் அதற்கு எந்த அடையாளத்தையும் வைக்கவில்லை
நிறத்தைத் தவிர
ஆனாலும் அது என்னை கண்டடைகிறது.

'கா...கா...'வென அலகால் கரைவது
என் செவிகளில் 'வா...வா..' அறைகிறது.
என்னை எங்கேயோ அழைக்கிறது காகம்
அது கரைந்ததில் ஒரு கரிசனமிருந்தது
ஒரு ஏக்கமிருந்தது.

கடந்த சில நாட்களாக காகம் வருவதில்லை
அதற்கு என்மீது என்ன கோபமோ
இல்லை வேறெதும் சம்பவித்துவிட்டதா தெரியவில்லை.
நான் வீட்டில்தான் இருக்கிறேன்
மனசு அங்கலாய்த்துப் பறக்கிறது ஒவ்வொரு மரமாக
காகக்கூட்டங்களில் தேடித்தேடி விரிகிறது இதயச்சிறகுகள்.

மதியம் மணி ஒன்று. இன்றும் வரவில்லை காகம்
'க்கா...க்கா..' அறையிலிருந்து துயரத்தில் கரைகிறேன்
சத்தம் மட்டும் ஏனோ பால்கனியிலிருந்து வருகிறது.
∎

பறக்கும் சாலை

நேற்றுப் பெய்த மழை இன்றில்லை
அது நேற்றோடு முடிவுற்றிருந்தது.
தார்ச்சாலைகள் வற்றிக் காய்ந்திருந்தது ஈரம்
ஈரம் எப்போதுமிருந்ததில்லை வாகனங்களுக்கு.

இரவில் அடிப்பட்டிருக்க வேண்டும் அந்தப் பறவை
நடுவில் உடல் நசுங்கி சாலையில் அப்பியிருந்தது
ராத்திரியில் பக்ஷிக்கு என்ன வேலை, இல்லைதான்;
ஐந்து நாட்கள் தொடர் மழையில்
மரம் விழுந்திருக்கலாம், கூடு தொலைத்திருக்கலாம்.

கருத்த சாலையை அது நீண்ட இரவென்று நினைத்திருக்கலாம்
பெரும் இருள் படுத்துக்கிடக்கிறது
அதில் உறங்கலாமென வந்திருக்கலாம்.
இரவையும் இருளையும் கடந்துபோனால்
பகல் வரும், வெளிச்சம் தெரியலாமென
கடக்க முற்பட்டிருக்கலாம்
அதற்குள் முடிந்தும் போயிருக்கலாம்.

இரவு போல, இருள் போல கரிய சக்கரங்கள்
பிதுக்கித்தள்ளவிட்டுப்போனதில்
மாமிசங்கள் பசையாகி ஒட்ட
வாகனங்கள் செல்லச் செல்ல உடல் சிதைந்து காய்ந்து
இருபுறம் றெக்கைகள் எஞ்சியுள்ளன.

மதிய இளவெயிலின் சிலு சிலு காற்றில்
கருஞ்சாம்பல் நிறப்பறவையின் இறகுகள்
மேலும் கீழும் விசிறுகின்றன.
வாகனப் போக்குவரத்துகளுடன்
தான் நசுக்கப்பட்ட அதே சாலையைத்தான்
தூக்கிப் பறந்து கொண்டிருக்கிறது
அரூபமாய் அதே பறவை.

∎

கோமாளிகளின் ஆயுதம்

கலவரம் நடந்த தெருவில்
தன் ஒப்பனையைக் கலைக்காமல்
கோமாளி நடந்து கொண்டிருக்கிறான்
மதக் கலவரமோ, இன வன்முறையோ,
ஊழல்வாதி கைதோ ஏதோவொன்றிற்காக
சூறையாட்டம் போட்டிருக்கிறார்கள்.

உருட்டுக்கட்டைகளும், குறுவாள்களும்,
கரடுமுரடான கருங்கற்களும்
கோமாளியின் பாதையில் சிதறிக் கிடக்கின்றன
ஆங்காங்கே எரியும் டயர்களும் அதன் கரும்புகையும்
அவன் நடையின் வேகத்தை ஓட்டமாக்கின
அவசர அவசரமாக தனதறையில் நுழைந்தவனுக்கு
ஒப்பனையைக் கலைக்க மனமில்லை.

கோமாளிகளின் வாழ்வென்பது கோமாளித்தனமானது
மற்ற மனிதர்களைப் போல இவர்களுக்கு
பல முகங்களில்லை
அவர்களைப் போல அதில் கோரமுமில்லை
மனிதர்கள் ஒப்பனையிடாத நடிகர்கள்
கோமாளிகள் ஒப்பனைக்குள் ஒளிந்திருக்கும் கடவுள்கள்
அதனால்தான் அவர்களால் ஒன்றும் செய்ய முடிவதில்லை
நம்மைச் சிரிக்க வைப்பதைத் தவிர.

அவனுக்குப் பசிக்கவில்லை
வெளியே நடந்திருந்த களேபரங்கள் உறங்கவும் விடாது
வேடம் கலையாமல் உறங்குவது போல நடிக்கிறான்
கோமாளி உறங்காத உறக்கத்திலும்
கனவில்லாத கனவு வந்தது
அதில் ஆட்கள் ஆயுதங்களோடும்
கண்களில் வன்மத்தோடும், அலறல்களோடும் அலைகிறார்கள்
அவர்கள் நடுவில் நின்று
கோமாளி நிலம் அதிர அதிரச் சிரிக்கிறான்
சிரிக்கிறான், சிரிக்கிறான், சிரிக்கிறான்
ஆயுதங்கள், மற்றும் அனைத்தையும் வீசிவிட்டு
நாலாபுறமும் பதறிச் சிதறுகிறார்கள்.

இசைக்கும் வயலினுக்குக் குருதியின் நிறம் வலங்கைமான் நூர்தீன்

மதக்கலவரமோ, இன வன்முறையோ,
எதுவும் சூறையாடப்படவில்லை
வீதி களேபரமாய் காட்சியளிக்கிறது
கோமாளி மட்டும்
தூக்கத்தில் நடந்து கொண்டிருக்கிறான் ஒப்பனையோடு.

■

நீல ஓவியம்

நீலப்படம் பார்ப்பது போலிருந்தது
அந்த ஓவியம்
மிகத் துல்லியமாக தூரிகை துழாவியிருந்தது.

கண்காட்சியில்
அனைவரையும் ஈர்த்துக் கொண்டிருந்த அதில்
ஆணும் பெண்ணும் ஆடைகளில்லாமல் கலவியில்.

வெட்கமேயில்லாமல் புணர்ந்து கொண்டிருக்கும்
பார்வைகளில் ஒளிந்திருக்கிறோம்
நீங்கள், நான், அனைவரும்.

■

பறவைகளின் நட்சத்திரங்கள்

வெண்ணிறப் பறவையொன்று
அதன் வானத்தில் பறக்கிறது
நீல வானத்திற்கு சிறகசைக்கும் மேகங்கள் தான்
அதன் பட்சிகளும்.

கூடடையும் வரை காத்திருந்த மேகங்கள்
பட்டென சூழ்கொண்டு பொழிகிறது
தங்களுக்கு வேடிக்கை காட்டவே
மழையை அழைத்து வந்ததாய்க் குஞ்சுகளும்
தன் குஞ்சுகளை நலன் விசாரிக்கவே
வானம் மழையை அனுப்பியதாகப் பறவையும்
குழாவும் கூட்டில்
எட்டிப் பார்த்துவிட்டுச் செல்கிறது மழைச்சத்தம்.

குஞ்சுகளுக்கு நடுவிலமர்ந்து
தன் றெக்கைகளைப் போர்த்திய பறவைக்கு
குளிருமென்று நினைத்த வானம்
இருளைப் போர்த்திப் பொழிவதை நிறுத்துகிறது.

அங்கொன்றும் இங்கொன்றுமாய்
பூக்கத் தொடங்கும் வானம்
நட்சத்திரக் கண்களால் ரசித்த கதையை
பிஞ்சு அலகுகள் பிளந்து கேட்கும் குஞ்சுகள்,
விடிந்ததும் நட்சத்திரங்களைத் திறக்காத விழிகளால் தேடும்;

இரை தேடப் போகும் தாய்ப்பறவை
ராத்திரி உணவோடு
குஞ்சுகளுக்கு ஊட்டும் நட்சத்திரங்களையும்.

■

கொட்டிலுக்குத் திரும்பிக் கூடடையும் சூரியன்

கூடடையப் போகும் பறவைகளுக்காகவும்
கொட்டிலுக்குத் திரும்பப்போகும் கால்நடைகளுக்காகவும்
பகலையும் இரவையும் காக்க வைப்பதில்
கருமைக்கும் வெண்மைக்கும் அத்தனை அலாதி.

நடந்து கடந்து வயிறு நிரப்பியவைகளும்
பறந்து உயர்ந்து புசித்து அலகுகளில் சேமித்தவைகளும்
சிறிது அசந்து மசந்த ஓய்வோ, மாலை மயக்கமோ
அசைபோடும் சூல் கொண்ட மறியின்
ரோமங்களுக்கு வலிக்காமல் முதுகில் வந்தமர்கிறது,
அக்கணம் தன் கூர் நகங்களை மென்மையாக்கி
குஞ்சுகளுக்கான தீனியுடன் தாய்க் காகம்.

விழிகள் உருட்டி மறியை மேயும் காகமும்,
தன் குட்டை வாலை ஆட்டி காகம் பார்த்ததில்
தாகம் தீர்ந்த்தாய் நினைக்கும் மறியும்,
வெளிச்சம் விரட்டி இருளை வரவேற்க,
வேகவேகமாகக் கொட்டிலுக்குத் திரும்பிக் கூடடையும் சூரியனை,
தாங்கள் தான் விரட்டியதாக
'மே... மே...' வென கத்திப் பறக்கிறது காக்கை
'கா... கா...' என்று கரைந்து நடைபோடுகிறது ஆடு.

■

ஏதேன் தோட்டத்தில் பாப்பிச்செடிகள்

ஒரு குறுமிளகு அளவுள்ள
ஓப்பியத்தில் என்ன இருந்துவிடப் போகிறது.

பாப்பிச்செடிகளின் தோட்டத்திலிருந்து
முதிர்ந்த காய்களில் மேலிருந்து கீழாகக் கிழிக்கப்பட்டு
சேகரிக்கப்பட்ட இருண்ட திட திரவம்
தோலாக்களாக உருண்டைகளாகச் சுற்றுகிறது.

குறுமிளகு அளவிவில்தான் உருட்டி விழுங்குகிறான்
அதற்குள் அப்படி என்ன இருந்துவிடப் போகிறது
நீங்கள் இருக்கிறீர்கள்
நாங்கள் இருக்கிறோம்
பெருங்கடல் ஒன்று சீறுகிறது
தீப்பிழம்புகளை கக்கும் எரிமலைகள் வெடிக்கின்றன
அளக்கதிகமான ரிக்டேரில் உலுக்கும் பூகம்பம்
சமுத்திரம் பிளந்து வானுக்கு எம்பிக்குதிக்கும் பேரலைகள்
வேகமாக சுழலும் அவன் சிரசு பூமி உருண்டையாகிறது.

அவன் சூரியனில் புகை பிடிக்கிறான்
நிலாவில் ஆசுவாசமாகச் சுவாசிக்கிறான்
செவ்வாயில் நீர் அள்ளிப் பருகுகிறான்
ஏராளமான நட்சத்திரங்களுக்கு மத்தியில் நின்று சிரிக்கிறான்.

ரேஷன் கடையில் கடவுச்சீட்டுகளை
விநியோகிக்கிறார் கடவுள்.
ஆதாரை அடகு வைத்து முண்டியடிக்கும் கூட்டம்
கைகளை நீட்டிக்கொண்டே அவசரப்படுகிறது.

நகைப்புடன் சாத்தானின் கடைக்குள் நுழைபவனிடம்
சொர்க்கத்தின் திறவுக்கோல் நீட்டப்படுகிறது
கசகசா செடிகளின் காய்களிலிருந்து
வடியும் திரவங்களைச் சேமித்துக் கொண்டிருக்கிறார்கள்
ஆதாமும் ஏவாளும்.

யார் தீண்டியிருக்கக் கூடும்..?
நீலம் பாரித்துக் கிடக்கிறதே ஆதி சர்ப்பம்
அதோ மூலையில் பட்டுப்போன ஆப்பிள் மரத்தினடியில்
அபின் மயக்கத்தில் கிறங்கிக் கிடக்கும் கடவுளுக்கு
சாட்சாத் சாவி வைத்திருப்பவனின் சாயல்.

■

முடிவிலி

அவளை அவன் புணரும் வேகத்தில்
இவனும் கோடுகளின் கிறுக்கல்களில்
அவர்களை ஓவியமாக வரைகிறான்
எல்லாம் சடுதியில் முடிந்து
முயங்கியவன் மடங்கி எழ
வரைந்தவன் அவன் காணாதது போல் மறைகிறான்.

ஸ்திரீயின் தேகம் போல்
லேசான காற்றில் படபடக்கும் காகிதம்;
அவள் களைந்து கிடக்கிறாள்
முற்றுப்பெறாத ஓவியத்திற்கு
இன்னும் சில கோடுகளே தேவை.

■

கொஞ்சம் கதவைத் திறந்துவிடுங்கள் தோழர்

மழை அடித்துப் பெய்யும் நள்ளிரவில்
அடர் கறுப்புப் பியானோவின் முன்னமர்ந்து
பகல் இரவு பித்தான்களில் உங்கள் விரல்கள்
முழுநேரக் குடிகாரனைப் போல் தள்ளாடிக் கொண்டிருக்கிறன.

நிசப்த இருளைப்போல வழியும் சப்தம்
அறையில் பரவிப் படர்ந்திருக்கிறது
அச்சமேற்றும் அமானுஷ்ய இசையிலிருந்து
இவ்விரவு தப்பிக்கவேண்டும் தோழர்.

சற்று இசைப்பதை நிறுத்தி
அறைக் கதவை திறந்துவிடுங்கள்
குடையோடு நிற்கும் நான்
நனையாமல் அழைத்துச் செல்கிறேன்.
நான் போய் எழுப்பவேண்டும்
எனதறையில் உறங்கிக் கொண்டிருக்கிறது பகல்.

■

கொழுத்த ஜீரணத்தின் அஜீரணம்

ஒரு ஜோடி தங்க மீன்களுக்கு
இரண்டு ஜோடி கண்கள்
செவ்வகக் கண்ணாடிப் பெட்டிக்குள்
கிணறு, குளம், வாய்க்கால்,
ஏரி, நதி, சமுத்திரம் என
எதுவுமே அறியாத மீன்களுக்கு
பரிச்சயமானது தொட்டிக்குள் அடைபட்ட நீர் மட்டும்தான்.

மாலை நேரங்களில் ஓய்வுக்காக
உடல்களை கூழாங்கற்கறில் இருத்தி
கண்களை மட்டுமே நீந்தவிடுகின்றன
கண்ணாடிப் பெட்டிக்கு வெளியே.

செவ்வகப்பெட்டியை விட்டுச் சதுர அறையை
மேயும் மீன்களின் கண்களில்
குழந்தைகள் விளையாடுகிறார்கள்
தொடுதிரை அலைபேசிகளில்.

பேசிக்கொண்டேயிருக்கிறார் அம்மா யாருடனோ
வலது செவியைப் பொத்தியிருக்கிறது புத்தம் புது மொபைல்.

பார்க்கிறார், சிரிக்கிறார் அப்பா
அடிக்கடி முகபாவனைகளை மாற்றுகிறார்
லேப்டாப்பின் பதினாலு அளவுத் திரைக்கு ஏற்றவாறு
சோடாப்புட்டி கண்ணாடி மூக்கின் மத்தியில் நடனமாடுகிறது.

மாலை இரவாகி இருட்டத் தொடங்குகிறது
அறை வாழ்க்கை.

இசைக்கும் வயலினுக்குக் குருதியின் நிறம் வலங்கைமான் நூர்தீன்

வால்களையும் தன் துடுப்புகளையும்
அசைத்து நகரும் அவைகளுக்கு சிறு மூளையும் இருக்கிறது
தங்களைக் கண்ணாடிகளுக்குள் அடைத்தவர்கள்
அவர்களை அவர்களே சுவர்களுக்குள்
அடைத்துக் கொண்டதாக நினைக்கின்றன.

தொட்டி உயிர்களுக்கு அவ்வளவாகப் பசிப்பதில்லை
இருந்தாலும் நேரம் தவறாமல் அவைகளுக்கு
உணவைக் கொட்டுகிறார்கள்
ஆனால் நேரம் தங்கள் எஜமானர்களை
தின்று கொழுத்து ஜீரணிப்பதுதான்
அஜீரணமாகிவிடுகிறது மீன்களுக்கு.

■

தட்டான் விழிகள்

வானம் இன்று சற்று கூடுதலாகவே
இருண்டிருக்கிறது
மழை வரும் சாத்தியக்கூறுகள் குறைவு
இருந்தாலும்
ஒரு மழைக்கு ஏங்கும் மனம் பூமியாகிறது
பச்சையம் துளிர்க்கும் நிலம் போல
பூத்துக் காய்த்து கனிந்தும் விடுகிறது
தூறலுக்கு முன் பறக்கும் தட்டான்களாய்
மேகங்களில் அலைகின்றன விழிகள்.

■

அரூபத்தின் விரல்கள்

பழுதடையப் போகும் புராதன பியானோவை வாசித்தவன்
அரித்த சதுர மரச் சட்டகத்திற்குள்
சிலந்தி வலையாய்த் தெறிப்பிட்ட கண்ணாடிக்குள்
இசைக் குறிப்புகளைப் பழுப்பேறிய புன்னகையில் மறைத்திருந்தான்.

விழிகள் ஒளிர்த்து வால்கள் விறைத்துத் திரியும் பூச்சைகளும்
சடசடத்து இறகுகள் உதிர்த்து குறுக்கும் நெடுக்குமாய்
முனகொலியில் புக்கும் கலப்பினப் புறாக்களும்
செம்மர உத்தரங்களைத் தாங்கிப் பிடித்து
தொங்கிக் கொண்டிருக்கும் வௌவால்களும்
இருட்டை இன்னமும் தின்று தீர்த்தபாடில்லை.

பூட்டுடைத்து உள்பிரவேசிக்கப் பேடிக்கும்
பாசிப் பச்சையம் பூசிய நிசப்த மாளிகைக்குள்
நடுங்க வைக்கும் குளிரும் நடுங்கும் இரவும் தாழ் திறவாமல்
அமானுஷ்யத்தின் இசையைத் தேடி நுழைகின்றன.

இருள் வெண்மையாகவும் வெளிச்சம் கருமையாகவும்
விம்மப்போகும் விசைகளாக வீரியம் சற்றும் குறையாமல்.

நிழற்படத்தில் புன்னகைத்தவன் முகம் இறுகும் இவ்விரவு
இன்னும் இன்னும் நீளப்போகிறது
அரூபத்தின் விரல்கள் பித்தான்களை புணர்ந்து கொண்டிருக்கின்றன.

■

பதினொன்றாம் நூற்றாண்டின் பசி

கனவுப் புரவியில் காலத்தின் பின்நோக்கிப் பயணித்து
பதினொன்றாம் நூற்றாண்டுக்குள் நுழைகிறேன்
சோழ சாம்ராஜ்யத்தின் வனப்பிலும் செழிப்பிலும்
வியந்து நிற்கும்போது தான்
அந்த யாசகன் என்னை நெருங்கினான்.

'அய்யா பசி' யென இறைஞ்சும் குரல்
என்னையுடைத்தது. ஐயகோ....
சோழ நாடு சோறுடைத்தாயிற்றே,
இங்கேயும் பசியும் பட்டினியும் வறுமையுமா..?

'ஏறு என் புரவியில் புசித்துவிட்டு திரும்பலாம்'
குழம்படிச்சத்தம் உடையாளூரை நெருங்குகிறது
உண்ட களைப்பில் உறங்குகிறானவன்
இருபத்தியோராம் நூற்றாண்டின் குதிரையின் வேகத்தில்
கடக்கும் இரவைப் பட்டென விழுங்குகிறது பகல்.

கீழப்பழயாறையில் மங்கையர்க்கரசியார்
கட்டிய கோயிலருகில் வருவோர் போவோர்களிடம்
'குதிரை வீரனைப் பார்த்தீர்களா'-வென விசாரிப்பவன்
'தெற்காசியாவையே கட்டியாண்ட மாமன்னன் ராஜராஜசோழன்'
தானென பிதற்றுகிறானாம்.
பைத்தியம் போல் சிரித்துப் பைத்தியமென கடந்துபோகிறார்கள்.

இரவில் மாறுவேடத்தில் திரிந்தவன் திரும்பிப்போக
எனக்கு ஒரு சொப்பனம் வேண்டும்-அதில்
கட்டாயம் காலம் பின்னோக்கிச் செல்லும் புரவியும் வேண்டும்.

■

மண்வாசனை வீசும் மஞ்சணத்திப் பூக்கள்

ஆவாரம்பூ மணக்கும் இரவொன்றில்
மழை விடாமல் அடித்துப் பெய்கிறது.
மண்வாசனையைத் தாண்டிய மலரின் வாசம்
எதைச் சொல்லிவிடப் போகிறது அவனுக்கு.

மின்சாரம் தடைபட்டு காரிருள் போர்த்திய அவ்விரவில்
தொடையிடுக்கில் இரு கைகளையும் திணித்து
போர்வைக்குள் உறங்குபவனின் சொப்பனத்தில்
நித்திரையில் துர் கனவுகளைச் சுமந்து செல்லும் யுவதிகள்
பிரபஞ்சத்தின் பேரழகிகளாக இருக்கிறார்கள்.

சுந்தர ஸ்திரீகளின் கூந்தல் முடிச்சுகளிலிருந்து
உதிர்ந்து விழும் பல்வேறு மலர்களனைத்தும்
கோர மரணத்தின் சவங்களிலிருந்து
பிடுங்கிப் பிடுங்கி தொடுக்கப்பட்டவைகள்.

பிரேதங்களிடம் நறுமணங்களைத் தொலைத்திருந்த
அந்த மயானப் பூக்களைத்தான்
தன் முகத்தில் நாசித் துவாரங்களற்றவன்
ஒன்று விடாமல் பொறுக்கிச் சேகரித்துப் பின்தொடர்கிறான்.

நித்திரைகளில் நடந்து கொண்டிருந்த யுவதிகளில்
இறுதியில் சென்றவளின் கபாலத்திருந்த
கடைசி மலரும் உதிர்ந்து விழ
சடுதியில் மறைகிறார்கள் பேரிருளில்.

உதிரிப் பூக்களை பொறுக்கியவன்
பட்டுப்போன நுனா மரத்தின் அருகிலிருந்த
சவக்குழியில் இறங்கிப் படுத்துக்கொள்ளவும்
கிளைகளிலிருந்த வௌவாள்கள் நிசியில் பிரிகின்றன.

மழை இன்னும் விட்டபாடில்லை
தலை கனக்க வியர்வையில் நனைந்தவன்
பதறி எழுகிறான்
மரங்கள் வரையப்பட்ட போர்வையிலிருந்து
சிதறும் சில மஞ்சணத்திப் பூக்களிடமிருந்து
இப்போது மண்வாசனை வீசுகிறது.

■

நீர் முட்டைகளை உடைக்கும் மியாவ்கள்

வளர்ப்புப் பூனைக்கும் அலங்கார மீன்களுக்குமான
உறவென்பது கண்ணாடித் தொட்டி அறிந்த ரகசியம்
சதுரக் கடலை அவ்வப்போது வட்டமடிக்கும்
மியாவ்களுக்கு விசிறத் தொடங்கும் வண்ணத் துடுப்புகள்.

இமைகளை மூடிக்கொண்டு சயனிக்கும் தருணங்களில்
தன் ஒளிரும் கண்களை நீருக்குள் நீந்தவிடும்
பூச்சையின் காதுகள் மெதுவாக அசைந்து கொண்டிருக்கும்.
சலசலவென நீரின் சப்தமென செவிக்குள் நுழைந்து
தாலாட்டு பாடும் மீனின் பாஷைகள்.

தொட்டிக்குள் மிளிரும் ஜோடி கால்பந்துகளை
முட்டி விளையாடும் மீன்கள்
அளவில்லா முத்தங்களைப் பரிசளிக்கின்றன
தன் வால் விறைத்து உயர்த்தி நன்றி நவிழும் பூனைக்கு
காற்றுக் குமிழ்களைப் பூக்கின்றன மீன்கள்.

பூனைக்கும் வளர்ப்பு மீன்களுக்கும்
இரகசிய உடன்படிக்கையெல்லாம் இல்லை
சில நேரங்களில் தொடர்ந்து வரும்
மியாவ் சப்தங்கள் பசியால் வருவதாக நினைக்கும் மீன்கள்
அளவுக்கதிகமாக வெளியேற்றுகின்றன பிராணவாயுக் குமிழ்களை.

மியாவ் கூச்சல்கள் தான் கண்ணாடித் தொட்டிக்குள் பாய்ந்து
மீன்கள் சுவாசிக்கக் குமிழ்களை உடைப்பதாகப் பூனையும்
நீர் முட்டைகளைச் சாப்பிட்டு
பூனை பசியாற்றிக்கொள்வதாக மீன்களும் நம்புவதை
ஒருபோதும் தடுத்ததில்லை கண்ணாடிச் சுவர்கள்.

∎

பூனைகளின் சூரியன்கள்

அது பூனைகள் நிறைந்த வீடு
ஆளுக்கொரு பூனையென வளர்க்கிறார்கள்
எல்லாப் பூனைகளும் அடர் கறுப்பில்
அடையாளம் காண்பதில் குழப்பமில்லை
அவரவர் பூனை அவரவர்களை
அடையாளம் கண்டுகொள்கிறது.

வீடு முழுக்க இறைந்து கிடக்கும்
மியாவ்களைப் பொறுக்க இந்த யுகம் போதாது
வெளியில் சென்று வீடு திரும்புபவர்களுக்கு
சில மியாவ்களை பூனைகள் மிச்சம் வைத்திருக்கிறன.

பூனைகள் மனிதர்கள் போல எல்லாவற்றையும் தின்பதில்லை
ஒரு பூனைக்கு மீனைப் பிடித்திருக்கிறது
ஒரு பூனை பால் மட்டுமே குடிக்கிறது
இரண்டு பூனைகள் பிஸ்கட் சாப்பிடுகின்றன
மற்றொரு பூனையும், மூன்று குட்டிப்பூனைகளும்
குழந்தை உணவான செரிலாக் மட்டுமே விரும்புகின்றன.

கறுப்பாய் இருப்பதில் அவைகளுக்குக் கவலையில்லை
இந்தப் பூனைகள் பகல் நேரத்திலும்
இரவைப் போலவே கும்மிருட்டாய் இருக்கின்றன
ராத்திரி விளக்கணைத்து எஜமானர்கள் உறங்கியதும்
ஒளிரும் பூனைகளின் மஞ்சள் கண்கள்
இரவின் சூரியன்களாய் வீடு முழுக்க மேய்கின்றன.

கறுத்த பூனைகள் ஒவ்வொன்றும்
பூனைகளின் கண்களுக்கு
மஞ்சள் வெய்யிலாய்ப் பிரகாசிக்கின்றன.
அவற்றின் இருள் நிறமெல்லாம் இப்போது
உறங்குபவர்களின் கண்களுக்குள் அடர் கருப்பாய்.

■

இசைக்கும் வயலினுக்குக் குருதியின் நிறம் வலங்கைமான் நூர்தீன்

கனவுகள் செரித்த வயிறு

என் கறுத்த இரவைத் தின்று கொண்டிருக்கிறது
இருண்ட பூனையொன்று.
இருளில் ஒளிரும் அதன் கண்களில்
மிரண்டு கொண்டிருக்கிறது எனது பசி.

விசப்பின் அமிலங்கள் சுரக்கும் என் வயிற்றில்
அஜீரணத்துடன் பூச்சையின் 'மியாவ்... மியாவ்...'
தன் முன்னங்கால்களையும் பின்னங்கால்களையும் அகட்டி
சரீரத்தை மேல்நோக்கி வில் போல வளைத்து
முறுக்கி சன்னமான மியாவுடன்
நுனியில் மட்டும் சிறிது வெள்ளையுடன் கூடிய வாலை
அம்பாக விறைப்பேற்றி நட்டு வைத்திருப்பது
என் இரைப்பையில் செருகிக் கிளறிக்கொண்டிருக்கிறது.

மேலும் உடலைச் சிலுப்பி முன்னங்காலின் ஒன்றில்
நாவின் எச்சிலால் நக்கி முகத்தைத் துடைத்துக்கொள்வதும்
மீசை ரோமங்கள் சிலிர்ப்பதும்
அதன் பசி அடங்கிய பெருமிதம்.

நாளைய அதிகாலையில் மலச்சிக்கல் இல்லாமல்
எனது குடிசையின் முன் கூர் நகங்களால் மண்ணைப் பிராண்டி
குழிபறித்துச் சுலபமாக வெளியேறும்
அப்பூனையின் மலத்தில்தான் ஜீரணத்திற்கும்
இன்றைய இரவின் சொப்பனத்தில் வந்து
என் வயிற்றை நிரப்பயிருந்த
விதவிதமான அத்தனை உணவுகளும்.

■

சர்ப்பக் கனவு

நெகிழிப் போத்தலில் நான்கு நெகிழிக் கரண்டிகள்
கார்ப்பரேட் கலப்பட பால் மாவைக் கொட்டி
கால் வாசி சுடுநீரை நிரப்புமவள், மூடியைத் திருகி
பின் முலைக்காம்பைப் போலவே வடிவமைக்கப்பட்டுள்ள
உறிஞ்சானின் துளைப்பகுதியை
கட்டை விரலாலும் ஆட்காட்டி விரலாலும் இறுகக் கவ்வி
மீதமுள்ள வலதுகையின் மூன்று விரல்களால் போத்தலணைத்து
அதை மேலும் கீழும் உலுக்குகிறாள்.
பின் விரல்கள் விடுவிக்கையில்
காம்பிலிருந்து பீறிட்டடிக்கிறது செயற்கைப் பால்.
மீண்டும் போத்தல் திறக்கப்பட்டு
இம்முறை ஆறிய நீர் முழுவதும் வழித்து
ஆதியும் செய்தது போலவே உலுக்கி
அழும் சிசுவின் வாயில் ரப்பர் காம்பைத் திணிக்கிறாள்.

பிரசவிப்பதற்கு முந்தைய பின்னிரவுகளில்
தன் கொடூர சொப்பனங்களில்
இருட்டின் நிறமுடைய சர்ப்பம்
தன் கொங்கைகளை மாறி மாறிக் கவ்வுவதையே
வாடிக்கையாகக் கண்டிருந்தாள்.
சிசுவும் சர்ப்பத்தின் நிறத்தையொத்திருந்ததால்
மருத்துவரிடம் அழுது மன்றாடி ஹார்மோன் குளிகைகளால்
சுரப்பதைத் துண்டித்திருந்தாள்.

இப்போதெல்லாம் தன் சொப்பனங்களில்
அவள் சர்ப்பத்தைக் காண்பதேயில்லை. மாறாக,
சிறு குன்றுகளாக காட்சியளிக்கும் இரு 'புற்று'கள்.

■

தானியம் போல் சிதறும் உதிரம்

வெளிர் மஞ்சள் சாம்பல் நிறக் குருவி
பறவை இனத்தின் பெயர் அறியவில்லை
சாலையில் அமர்ந்து கண்களின் உருட்டலில்
அகப்படவில்லை எந்தவொரு தானியமும்.

சூடு கால்களில் பரவுவதாலேயே
தத்தி தத்தி அமர்கிறது
கூர் நகங்களில் பிசுப்பிசுப்பாகப் பரவி
கருங்கற்களை இளக்கிய தார் பசையாகி
குருவியின் கால்களைச் சாலையோடு இறுக்குகிறது.

றெக்கைகள் வேகமாகப் படபடத்தும்
மேலெழும்ப முடியாமல் தவித்தலில்
கீழே உதிர்ந்து காற்றில் பறக்கும் இறகுகள்
சுமக்கின்றன அச்சத்தையும்
இரைத் தேடிய விழிகள்
இயலாமையில் இறைஞ்சுகின்றன.

போக்குவரத்து நெரிசல் இல்லாமலிருந்த சாலையில்
தற்போது அடிக்கடி விரையும் வாகனங்கள்
இடத்தைப் பார்வையிட காரப்பரேட் நிறுவனங்களின்
ஆட்களை ஏற்றிவரும் அதிநவீன
நாற்சக்கர வாகனம் நசுக்கலாம்
பூர்வக்குடியைப் போலவே பட்சியையும்.

தானியம் போல் சிதறிய உதிரம் அறையும் வாகனத்தில்
அதே சிகப்பு நிறத்தில் ஆங்கிலத்தில் எழுதியிருக்கிறது
'க்ரீன் சிட்டி லேண்ட் புரமோட்டர்ஸ்'

■

மோன்ராய்டு

கழுதைத்தோலில் செய்யப்பட்ட அந்த ஹேண்ட்பேக்கை
அமேஸானில் ஆறாயிரம் ரூபாய்க்கு
ஆசை பேராசையாக வாங்கியவள்
ஒரு புறம் புடைத்த புட்டங்களைப் போலவும்
மறுபுறம் தின்று கொழுத்த தொப்பையைப் போலவும்
பிதுங்கி வழியுமதைப் பொதியாய்ச் சுமந்தலைகிறாள்.

உள்ளே திணிக்கப்பட்ட அத்தனையும்
ஆன்லைனில் வாங்கிய அழகுசாதனப் பொருட்களும்
ஏமாற்றிக்கொண்டிருக்கும் மல்டி லெவல்
மார்க்கெட்டின்
உடல் எடை குறைப்பதாய் நம்பும் 840 மருந்துகளும்.

ஐ.டி. நிறுவனமொன்றில் இரவு வேலை முடித்து
பகற் பொழுதுகளில் தூங்கிய நேரம்போக
கார்ப்பரேட் மால்களில் கெ.எஃப்.சி களிலும் டோமினோ பிட்ஸாக்களிலும்
வங்கி அட்டை தேய்த்துப் பருக்கிறாள்.

வார விடுமுறை நாட்களில் பப் களில் தள்ளாடி
மாதமிருமுறை மிருகத்தனமான
பன் புணர்தலுக்கும் தயாராகிவிடுகிறாள்
மாதந்தோறும் தவறாமல் நாப்கின்கள் வாங்குவதற்காகவே
தினமும் மறக்காமல் ஹார்மோன் மாத்திரையும் விழுங்குகிறாள்.

போதை தெளியாத ஒரு ஞாயிறில்
எல்லாப் பொருத்தமும் பொருந்தியதாக
மின்னஞ்சலில் வந்து விழுகிறது அமெரிக்க ஜாதகம்
ஸ்கைப்பில் அலசி ஆராய்ந்து ஆரத்தழுவிக் கொண்டார்கள்.

ஜீன்ஸ் டி-ஷர்ட் களைந்து காஞ்சிப்பட்டில்
கலாசாரத்தைத் தூக்கிக்கொண்டு இவள் விமானமேறிய அன்றுதான்
ஸ்டீராய்டு ஊசிகளை தசைகளில் ஏற்றிக்கொண்டு
நான்கு பெண்களுடன் உல்லாசிக்கிறானவன் டேட்டிங்கில்.

■

உருண்டைக்கு உள்ளேயும் வெளியேயும் உலகம்

கண்ணாடிக் குடுவையில் நீந்தும்
ஒற்றை மீனுக்கு
சீஸாதான் உலகம்
அதில் நிறைந்திருக்கும் நீர்தான் கடல்.

தொகுப்பக வீட்டில்
மின்விளக்குகள் எரிந்தால் பகலெனவும்
அணைந்திருந்தால் இரவெனவும் நினைக்கும் மீனுக்கு
வானம் இல்லை
சூரியன் இல்லை
நிலா இல்லை
நட்சத்திரங்கள் இல்லை.

மீனுக்கு ஒரேயொரு நண்பன்
குடுவையைச் சுற்றிக் கண்களை நீந்தவிடும் வெள்ளைப் பூனை
மியாவ் என்றால் தண்ணீரைச் சிலுப்பி
உள்ளே ஒரு வட்டமடிக்கும்
ஒவ்வொரு மியாவும் மீனுக்கு மற்றொரு வட்டம்
ஒவ்வொரு வட்டமும் பூனைக்கு உலகம்.

ஒரு மியாவில் தன் உலகத்தைச் சுற்ற விட்டுப் பார்க்கிறது பூனை
அதே மியாவில் தன் உலகத்தைச் சுற்றிப் பார்க்கிறது மீன்.

உள்ளே வெளியே என இரண்டு வெவ்வேறு உலகங்கள்
வட்டப்பாதையில் உருள்கின்றன
இடையில் அசையாமல் இருக்கும் கண்ணாடிக்குடுவை
மீனுக்கும் பூனைக்கும் உலக உருண்டை.

■

நதி மரத்தின் அணில் பறவை

நதிக்கரை மரம் தன் கனியொன்றை மெல்ல உதிர்க்கிறது.
அது வேகமாக இலைகள் கிளைகளில் சறுக்கி
நீரைக் கிழித்து சிறு பந்தாய் வேர்ப் பாகத்தில் மிதக்க,
அதே மரத்தில் செங்குத்தாய்ச் சறுக்கி வரும் அணில்
தன் முன்னங்கால்களில் ஏந்தி பழம் கொறித்துக்கொண்டே
உச்சிக்கிளைக்கு தாவியோடுவதற்கும்
விர்ரென்று கீழிறங்கிய மீன்கொத்தி
அலகில் துடிக்கும் மீனோடு மறுகிளையில் அமர்வதற்கும்
மெல்ல மெல்ல விசிறிவிடும் இலைகளில் பசும் சிரிப்புகள்.

தன் வாலால் மரத்தை வருடிக்கொடுத்தும்
அலகை உலுக்கி மீனோடு ஒட்டி வந்திருக்கும்
சிறுநதியைப் பெருநதியில் உதறியும் நன்றி நவில்வதை
மரமோ நதியோ எதிர்ப்பார்ப்பதில்லை.
பழத்தை வலுக்கட்டாயமாகப் பறித்தோ,
நீரின் ஆழத்தில் முங்கியோ மீனை கவ்வுவதோயில்லை.

மரத்திற்கும், நதிக்கும், அணிலுக்கும், மரங்கொத்திக்கும்
தலா மூன்று நண்பர்கள்;
கனி உதிர்வதும் மீன் அள்ளிப் பறப்பதும் அன்றாட நிகழ்வுகள்.

'ஆஹா...!' வென இந்த அழகியலைக் காண விரைகிறார்
இந்தக் கவிதையில் எழுதப்படாதவர்.
வற்றி வறண்ட நதியில் எந்திரங்களும்,
வரிசையாக நிற்கும் லாரிகளும்,
கூச்சலிடும் சில மனிதர்களும்.
'ஐயகோ...!' மரத்தைக் காணவில்லை.

கண்களில் ஆறாகப் பொங்கும் கண்ணீர்
நிலைக் குத்திய மீனாகக் கண்கள்
சிறகொடிந்த பறவையைப் போலவே இமைகள்
துறுதுறுத்த அணிலாய்த் துடிக்கும் மீசை
மனம் குடையும் உளைச்சலில்
அப்படியே ஸ்தம்பித்துப் போய் நிற்கிறார்
தொலைந்து போன அந்த மரமாய்.

■

மூளைக்குள் அதிரும் ரயில்

அம் மங்கிய ஒளியிலும் தென்படுகின்றன
அவளின் வலது மார்பில்
கரும்பச்சை நிறத்தில் எழுத்துகள்.
பச்சைக் குத்தியிருக்கிறாள்.

காதலனாகயிருக்கலாம்.
இவளை அவன் ஏமாற்றியிருக்கலாம்
இவளிடம் அவன் ஏமாந்திருக்கலாம்
கணவனாகயிருக்க வாய்ப்புகள் குறைவு.
யாரென்று கேட்கத் தோணவில்லை.
அதை அவள் விரும்பவுமில்லையென்பதை
அவனைத் துரிதப்படுத்தியதில் உணர்த்தினாள்.

சிறிது குடித்திருக்கிறாள். மதுவின் நெடி நுகர்கிறான்.
ஆடைகள் களைந்து ஆணுறையொன்றை நீட்டுகிறாள்
அவசரமாக மறுத்துப் பணத்தை வீசி வெளியேறுகிறான்.

கபாலத்தில் தடதடத்து ஓடுகிறது ரயில்.
'மிரட்டுறாங்க... தோத்துடுவேன்டா...!'
கண்முன்னே குறுக்கே பாய்ந்து உருக்குலையும் தோழன்
மூளை தண்டவாளத்தில் சிதறிக்கிடக்கிறது
கரும்பச்சை நிற எழுத்துகள்.

■

வானம் சுமக்கும் பறவைகள்

வானத்தையே தூக்கிச் சுமப்பதாய்
இருமாப்பில் பறக்கும் பறவைகள்
இரவில் நிர்கதியென விட்டுக் கூடடைகின்றன
ஆந்தை போன்ற சில இரவுப் பறவைகளுக்கோ
வானம் விழாமலிருப்பதற்காக காவலிருப்பதாய்ப் பெருமிதம்.

வானத்திற்குப் பறவைகளெல்லாம் குழந்தைகள்
ராத்திரியில் நிலவைக்காட்டி
அதன் குஞ்சுகளுக்குக் கதைகள் சொல்லி
நட்சத்திரங்களால் தனக்குத் தானே சிரித்து
இருளன்புகளைப் பொழிகிறது.

வேடன்களால் அம்பு எய்யப்பட்டோ,
குண்டடிபட்டோ, மின்சாரம் தாக்கியோ
கீழே விழும் பறவைகள் தங்களை
வானம் தான் தள்ளிக் கொன்றதாய் நினைக்கலாம்.
மரித்த அவைகளிடம் எப்படித் தெரிவிப்பது...
பரிதாபப்பட்ட வானம் எங்கேயாவது சிந்தும் கண்ணீரை.

■

கழுகின் கால்களில் உருளும் தலை

நேற்றைய கறுப்பு வெள்ளைக் கனவில்
குருவி மட்டும் மஞ்சள் நிறத்தில் பறந்தது
இரு கைகளாலும் காற்றில் துழாவி
அதைப் பிடிக்க முற்படுகிறேன்.

அறை முழுவதும் சிறகுகள் போலப் பறக்கும்
என் கரங்களுக்குள் அகப்படவில்லை அப்பறவை.
எழுபது கிலோ எடையைத் தூக்கிப் பறந்த அசதியில்
சொப்பனத்திலேயே கண்ணயர்கிறேன்.

குருவி ராட்சதக் கழுகாகி சிரசை மிச்சம் வைத்து
உடலின் அத்தனை பாகங்களையும் தின்று தீர்க்கிறது.
கால்ப்பந்தாய் என் தலை அதன் கால்களில் உருண்டு கொண்டிருக்கிறது.
கூரிய நகங்கள் இமைகளைத் தீண்ட விழிகளைத் திறந்தேன்.
அலகில் வடியும் குருதியோடு பட்டென பறந்த பறவை
தூக்கிச் சென்றது அந்தக் கனவையும்.

∎

கிழிசல் துணியில் படரும் ஈரம்

குருதி வடியும் நாட்களில் புணர்தலுக்கு அழைப்பவன்
ரத்தக்கவுச்சியை நாசிகளில் சுவைக்கிறான்
நாபியின் கீழ் உருளும் வாதைகள்
கிழிபட்ட ரணங்களால் நனைகின்றன.

விடாய் நாட்களிலும் விடாமல் முயங்குபவன்
மனம் பிறழ்ந்த வகையைச் சேர்ந்தவனாகிறான்
முடிந்ததும் அவசரமாக விலகுபவனின் தாகம் தீர்த்த
நீரெல்லாம் உதிரமாகத் தொண்டைக் குழியில் இறங்குகிறது.

போகத்தின் எதிர்பார்ப்புகளின் பிரளயங்களில்
சக்தி கூடி வலிமை கிட்டும் திவசமொன்றில்
அவளுக்குச் சாத்தானின் கோரப்பற்கள் முளைத்தது.
அலறி குறிபொத்தும் கிழிசல் துணியில் படரும் ஈரம்
கருஞ்சிவப்பு நிறத்தில் அவனுக்கு விடாயாகிறது.

∎

அகோரத்தின் ருசி

காலச்சக்கரம் நெஞ்சில் கீறி
துரோகங்களின் பேரபாயங்கள் ஏறி மிதித்து
இறால் பண்ணைக்கு பூர்வக்குடி நிலம் பறிகொடுத்தும்,
அபாண்டமாக அபகரித்தவர்கள்
பூமியைப் போலவே ஜீவனையும் பறிக்கிறார்கள்.

சவங்களாக வசிக்கும் சடலமானவனின் சனங்கள்
இரவும் பகலும் சந்தித்துக்கொள்ளும் நேரம்
காலையும் மாலையும், விழி மூடித் திறக்கும் சமயம்
கூரிருட்டும் பளீர் வெளிச்சமும்
உருண்டு களிப்பிக்கும் ஒற்றை விழியாய் வாழ்வாதாரம்.

கண்ணடைத்து காரிருள் தேக்கினால்
கனவின் சாபங்கள் நெளிந்து நகரும் ஒற்றை அரவமாய்
கொன்று புதைத்த இடத்தில்
வளர்ந்த மரம் சொறியும் பூக்கள்
இன்னமும் உயிர்த்திருத்தலின் அடையாளம்.

சினேகத்தின் சூறைக்காற்று
மண்ணை மலர்களோடு சுருட்டி
நீர் நிறைந்த பழந்தடாகத்தில் பரத்திச் செல்கிறது
திறக்காத இமைகளில் தூசியை நிரப்பாமல்.

தடாகக் கோப்பையை இரவின் மூடியால் பாதுகாத்து
பகலால் திறந்து பருகுவதன் சூட்சமம்
தவளைகள் அறிந்திருக்கவில்லை
பூக்களைத் தின்று கொழுத்து வளர்கின்றன மீன்கள்.

ஏலம் விடப்பட்ட குளத்தில்
குத்தகைக்காரனால் விற்கப்பட்ட மீன்கள்
எவ்வருடமும் இல்லாமல் இவ்வருடம் அகோர ருசியாம்
சொல்லிவிட்டுச் சென்றார்கள்,
செம்மீன் ஏற்றுமதி பண்ணையன் வீட்டுக்கு
திருவிழாவிற்கு வந்த விருந்தாளிகள்.

■

தானியங்கள் இறைப்பவன்

போர் வீரன் சிலையின் உயர்த்திய கையில்
சிறகுகள் விரித்த ஒரு புறாவையும்
வடித்திருந்தான் பண்டைய சிற்பி
சில நேரங்களில் அதன் சிறகுகள்
படபடப்பதாகப் பார்த்தவர்கள் சொல்கிறார்கள்.

சிலையின் இறுக்கிய கைகளை
யாராவது இலகுவாக்கினால் போதுமானது
நூற்றாண்டுகளைப் பின்னோக்கிப் பறக்கும் பறவை
தன் சமாதானப் பறத்தலில்
தொன்மத்தில் நடந்து முடிந்த போரை
ஆதியிலேயே நிறுத்தக்கூடும்.

புறாவின் சிறகுகள் படபடப்பதை பார்த்தவர்கள்தான்
இதையும் பார்த்துக் கொண்டிருக்கிறார்கள்
சிலையிருந்த ஸ்தலத்தில் அங்கே குழுமியிருக்கும்
புறாக்களுக்கு
தானியங்களை இறைத்துக் கொண்டிருப்பவன்
சிலையாக இருந்தவன்
சம்பவங்களைப் பீடத்தின் கல்வெட்டில்
கொத்திக் கொண்டிருக்கிறான் அதே பண்டைய சிற்பி.

∎

வாய் பிளந்த சர்ப்பம்

யாமத்தில் கூடலுக்கு விளித்து
குழாவிக் குழைந்த குறுஞ்செய்தியொன்று
ப்ளிங்க் ப்ளிங்க் கென வந்து விழுந்நேரத்தில்
ஆண்ட்ராய்டில் மற்றொருவளை தடவிக்கொண்டிருந்தான்.

நிசியில் விழித்த காமம் பசியைக் கிளற
குளிர் விறைத்த இரவில்
விரைந்து தாவிய ஈருளியின் ஃபோம் இருக்கை
அலைபேசியில் அணைத்தவளின் ஸ்பரிசமாயிருந்தது.

கதவிடித்து உள்ளே நுழைந்தவனை
ஆலிங்கனத்தில் கதவடைத்து
இழுத்துச் செல்லுமவளுக்கு பாம்புப் புற்றின் நிறம்.

மோகத்தின் அடுப்பில் இரண்டு விறகுகளும்
சிக்கிமுக்கிக் கற்களாகிப் பற்றி படர்ந்து
தேகங்கள் எரித்து வியர்வை உருக்க
அவள் சமுத்திரமாகிறாள்.

இருளின் மங்கிய விளக்கொளியில்
வற்றிய நதியாக எழுமவனின் விழிகளில் உறைகிறது
வாய் பிளந்த சர்ப்பம் போல் யோனி.

வண்ணச் சொப்பனங்களில்
நச்சுப் பாம்புகள் நெளிகின்றன
நீலம் பாரித்துக் கிடக்கின்றன ஒப்பாரிக் கவிதைகள்.

∎

இசைக்கும் வயலினுக்குக் குருதியின் நிறம் வலங்கைமான் நூர்தீன்

பறவைகளின் இரவு

பகலை எங்கேயோ விட்டுவிட்டு
திரும்பிக்கொண்டிருக்கின்றன வலசைப் பறவைகள்
வெய்யிலையும் தூரத்தில் தொலைத்துவிட்டு
மழையைக் கூடவே அழைத்து வந்திருக்கின்றன.

பறவைகளைப் பின்தொடர்ந்து
வந்துகொண்டிருக்கும் இரவுக்கு
மழையில் குளிரெடுக்க ஆரம்பித்துவிட்டது.
கூடுகளில் நுழைந்ததும்
இருளை அள்ளி போர்த்திக்கொண்டு உறங்கிவிட்டது.

பசியில் கத்தும் குஞ்சுகளுக்கு
உணவூட்ட உதவியாக
மரத்தைச் சுற்றிலும் விளக்கேற்றுகின்றன மின்மினிகள்.

∎

புகையும் துக்கம்

தேசியக் கவியின் பெயர்கொண்ட தெருவில்
மெதுவாகச் செல்லும் நீல நிற ஆம்னியில்
வயோதிகரின் சடலம் மாலைகளோடு ஊர்கிறது
வண்டியின் பின்னால் நானகைந்து இரு சக்கர வாகனங்களில்
இருவர் மூவர் என ஆழ்ந்த மௌனங்களுடன்
பின்தொடர்கிறார்கள்.

யாருடைய முகங்களிலும் சிறு துக்கமோ வருத்தமோ
எட்டிப்பார்க்கும் கண்ணீரோ துளியுமில்லை.
உருளும் இருசக்கர வாகனங்களின் புகைப்போக்கியில்
ஊமையாய்க் கசிந்துகொண்டிருக்கிறது
முகமறியாக் கேவல் ஒன்று.

∎

இசைக்கும் வயலினுக்குக் குருதியின் நிறம் / வலங்கைமான் நூர்தீன்

எச்சரிக்கை

தர்கா வாசலில் யானை முடியை விலைக்குக் கேட்டு
பாகனைச் சூழ்ந்திருந்தது
வட மாநிலத்திலிருந்து சுற்றுலா வந்திருந்த கூட்டம்,

கஞ்சா போதையிலும் தெளிந்திருந்த பாகன்
வாலிலிருந்து ஒவ்வொரு முடியாக பிடுங்கி
பணம் பண்ணிக்கொண்டிருந்தான்.
அது அவனுக்கு கால் அவுன்ஸ் அபின் வாங்கவும்
மிச்சமிருந்தால் படிப்படியாக
ஃபுல், ஆஃப், குவாட்டரெனவும் மாறும்.

யானையின் வலி அவனுக்குப் பொருட்டல்ல
யானைக்கும் வலி ஒரு பொருட்டல்ல
பாகனிடம் ரணத்தைக் காட்டிக்கொள்ளாமல்
அன்றைய இரவு முழுவதும்
தன் வாலை மட்டும் ஆட்டிக்கொண்டேயிருந்தது.

மறுநாள் வசூலுக்கு
அது தன் தும்பிக்கையை உயர்த்தவேயில்லை
பாகன் தான் பிச்சையெடுப்பது போல யாசகனாகி
கைகளை நீட்டி நீட்டிக் காசு வாங்கிக்கொண்டிருந்தான்

நீங்கள் விரல்களில் யானைமுடி மோதிரமோ
மணிக்கட்டில் யானைமுடியுடன் தங்கக் காப்போ அணிந்து தர்காவிற்கு
வந்திருந்தால்
பாகன் அருகில் சென்றுவிடாதீர்கள்
வலியை உங்களிடம் காட்டிவிடப்போகிறது யானை.

■

திருவிழாவில் பசி தொலைத்த யானை

பாடைக்கட்டி மாரியம்மன் கோவில் திருவிழா
நேற்றே முடிந்துவிட்டது.
மறுநாளும் கூட்டத்திற்குக் குறைவில்லை
இன்றும் வசூலைத் தொடங்கியிருந்த பாகன்
தொண்டை வரை குடித்திருந்தான்.

நேற்றைய வசூல் முழுவதும்
புல்லட்டில் வந்த முதலாளிக்கும்
அவரின் நண்பர்களுக்கும்
இன்றைய நட்சத்திர மது விடுதிக்கு.

யானை மிக நன்றாக தளர்த்திருந்தது.
இரு வாளித் தண்ணீரும் சில காய்ந்த மட்டைகளும்
எப்போதோ அதன் வயிற்றில் ஜீரணமாகியிருந்தது.
பசி அதன் உடலில் கடும் சூறாவளியாக உருவெடுத்து
அதன் மூளையின் ஒரு மூலையில்
மரங்களும், தாவரங்களும், வயல்களும் சின்னாபின்னமாகி
மதம் பிடிக்கும் மந்திரங்களை ஓதிக்கொண்டிருந்த
நேரத்தில் தான்
வசூல் மந்தமானதை உணர்ந்தவன்
இரு பின்னங்கால்களில் பிணைத்திருந்த
இரும்புச்சங்கிலியை அகற்றி
யானையுடன் நகரத் தொடங்கினான்.

கிராமத்துச் சாலையின் ஓரம்
முந்தின நாள் மழைக்குச் சரிந்திருந்த தென்னையிலிருந்து
பச்சை மட்டைகளை லாகவமாகப் பறித்து
தும்பிக்கையில் பத்திரப்படுத்திய யானை
பசி அடக்கப்போகும் கம்பீரத்துடன் நடக்கிறது.

இசைக்கும் வயலினுக்குக் குருதியின் நிறம் வலங்கைமான் நூர்தீன்

அந்தி சாயும் நேரம்
திருமலைராஜன் ஆற்றுப்பாலத்தின் அருகே
சிறு சிறு குழுக்களாக
கீற்று முடைந்து கொண்டிருக்கிறார்கள்.
மருதாநல்லூர் அருகே தான் அடுத்த டாஸ்மாக்.
குடிப்பதற்குச் சிறு தொகை வேண்டும்.

பாகன் அவசர அவசரமாகத் தென்னை மட்டைகளை
யானையிடமிருந்து வலுக்கட்டாயமாகப் பிடுங்கி
கீற்று முடைபவர்களின் அருகில் போடுகிறான்.

அப்போது பெரும் வனத்திலிருந்து
யானையைப் பிரித்தவன்தான்
இப்போது யானையிடமிருந்த
சிறு காட்டையும் பிரித்திருக்கிறான்.

■

வான்வெளிச் சித்திரங்கள்

நெளிந்து வளைந்து செல்லும்
பெயர் தெரியாப் பறவைகளின் பெருங்கூட்டம்
ஒரு ராட்சத மீனைப் போலிருக்கிறது
எம்பிக் குதிக்கும் டால்பினை நினைக்கவைக்கிறது
ஆழியின் நடுவே மிதக்கும் திமிங்கிலமாகிறது
சீற்றத்தில் வாய் பிளக்கும் சுறாவாய்ச் சீறுகிறது
ஏன்... மீனவன் வீசும் வலை போலவும்
மேலெழும்பும் நீர்மூழ்கியாகவும்
கரை தட்டிய கப்பலாகவும்
காற்றின் போக்கில் செல்லும் பாய்மரக் கப்பலாகவும்
கரைக்குத் திரும்பிய மீன் பிடி படகு போலவும்
நொடிக்கு நொடி அதிசயங்களுடன்
பறந்து பறந்து விரிகிறது.

வானமும் சற்றும் சளைக்காமல்
மேக அலைகளுடன் நீலக் கடலாகிறது.

■

விசை

நள்ளிரவு மதுபான அரங்க மேடையில்
பழைய பியானோவிற்கு முன் அமர்ந்திருப்பவளுக்கு
சரீரம் முழுவதும் இசைக்குறிப்புகள்.

வாசித்துக் கொண்டிருக்கும் விழிகளிலிருந்தெல்லாம்
கசிந்து கொண்டிருக்கும் காமத்தின் இசை.
செவிகளுக்குப் புலப்படாத
அத்தனை அர்த்தஜாம முனகல்களையும்
பதிவுசெய்கிறாள் நடனமாடும் தன் கை விரல்களில்.

துடித்துக் கொண்டிருக்கும் இதயங்களின்
இரத்த அழுத்தம் ஏறி இறங்கிக் கொண்டிருக்கும்
இரவு பகலாக கறுப்பு வெள்ளைப் பித்தான்கள்.
∎

மழை நசநசக்கும் இரவு

எப்போது வேண்டுமானாலும் அணையலாம்
நடுங்கும் குளிரில்
எரியும் ஒற்றைத் தெருவிளக்கு.

யாரையும் தேடவில்லை
ஆனால் எச்சரிக்கிறது
தூரத்தில் கேட்கும் கூர்க்காவின் விசில்.

அமானுஷ்ய இருளில்
ஒளிரும் பூனையின் கண்களுக்கு
சினேகமாகும் வெட்டும் மின்னல்கள்.

குடை பிடிக்காமல் சைக்கிள் மிதிப்பவனின்
கால்களில் சேற்றுப்புண் வராமலிருக்க
சுற்றிய பச்சை பாலீத்தீன் பைகள்.

ஏ.டி.எம். வாயிலின் நாற்காலியில்
கொட்டாவிகளுடன் காவலாளி
அவனருகில் வாலாட்டும் தெரு நாய்.

ஃப்ளாட்ப்பாரத்தில் உறங்கப்போகும்
பிச்சைக்காரன் பத்திரப்படுத்துகிறான்
செங்கல்லின் அடியில் தன் ஆதாரை.

■

போதி மரத்தின் இழுபலகைகள்

கௌதமனைக் கொன்ற வழக்கில்
மரண தண்டனை பெற்ற சித்தார்த்தனிடம்
நீதிமன்றத்தில் கடைசி ஆசை கேட்கப்பட்டது

தூக்குமேடையில் தன் கால்களுக்கு கீழே
போதிமரத்தில் இழுபலகைகள்
அமைக்குமாறு வேண்டினான்

முகத்தில் கறுப்புத்துணி அணிவித்து
மேடை ஏற்றப்பட்டவுடன்
உத்தரவுக்குப் பிறகு காலுக்கடியில் பலகைகள் நகர
கழுத்தில் கயிறு இறுகி
பிணமாகத் தொங்கிக்கொண்டிருந்தார் புத்தர்.

■

துயரங்களின் நெருப்பு

துயரங்கள் நிறைந்த இவ்விரவை
என் கோப்பைக்குள் நிரப்பியிருக்கிறேன்
அன்னம் போலவே இரவைப் பிரித்து
துயரங்களை மட்டுமே அருந்துகிறேன்

எனக்குள் எரிந்து கொண்டிருக்கும்
தீயின் கங்குகளிலிருந்து
உதிரும் சாம்பலில் உயிர்த்தெழும் பறவை
ஒரு வானத்தையும் கொண்டு வந்திருக்கிறது

கோப்பைக்குள் மீதமிருக்கும் இரவை
நான் வானம் மீது போர்த்துகிறேன்
சடசடத்துப் பறக்கும் பறவை
சிலுப்பி விடுகிறது சில நட்சத்திரங்களையும்.

■

இசைக்கும் வயலினுக்குக் குருதியின் நிறம் / வலங்கைமான் நூர்தீன்

பசி நிறைந்த இரவுகள்

காரிருள் அப்பிய இக்கரிய இரவில்
மழைநீர் தேங்கிய வற்றிய குளத்தின்
உடைந்து சிதிலமடைந்த படிக்கட்டுகளிலொன்றில்
மனம் பிறழ்ந்து, நைந்த அழுக்காடை அணிந்தவளின் வாயில்
பழைய பன்னை திணித்து வன்புணர்கிறானவன்.

அகோரப்பசியில் காமத்தின் ருசியறியாதவள்
மறுத்து எதிர்க்கத் திராணியற்றவளாகிறாள்.
முயங்கியது முற்றுப்பெற முனகியெழுமவன்
சிவப்பேறிய கண்களுடன் முழுபோதையிலிருக்கிறான்.

தாகம் தீர்ந்தவன் லுங்கியைச் சரிசெய்து
சைக்கிளை மிதிக்க, அது தள்ளாடியபடியே ஓடுகிறது.
பரட்டைத் தலையைச் சொறிந்தவாறு
குளத்திலிறங்கி அழுக்கு நீரை அள்ளிப் பருகுகிறாள்.

அடுத்த பசிக்கு இன்னொரு இரவு தேவையாயிருக்கிறது.
இன்று வந்தவனோ வேறொருவனோ வருவான்.
பழைய பன்னோ... நைட்கட பரோட்டாவோ...
மனம் பிறழ்ந்தவள் ருசியும் இழந்தவளாகிறாள்.

குளத்தில் தேங்கிய நீர் ஓரிரு நாட்களில் வற்றிவிடும்.
வன்புணர்பவர்களின் வன்மம் வற்றப்போவதில்லை
சில இரவுகளில் வெறுங்கை வீசியும் வருவார்கள்.

∎

அடையாளங் காணப்படாத பிரேதம்

அறை முழுவதும் குளிர் நிரம்பியிருந்தாலும்
அவர்களுக்கு வியர்த்திருந்தது.
தன் மூக்கையும் வாயையும்
ஒரு கையால் ஒரு சேரப் பொத்திக்கொண்டே
மற்ற கையால் ஒவ்வொரு இழுப்பறையாக
இழுத்துக் காண்பிக்கிறான் மார்ச்சுவரி சிப்பந்தி.
காவல் துறை அதிகாரியின் சிறு நடுக்கம் குளிராலல்ல.

வெள்ளைத் துணியால் சுற்றிக் கட்டப்பட்ட பிரேதங்கள்
சில பழுப்பேறியிருந்தன.
சில பிரேதங்கள் எலிகளால் குதறப்பட்டு, கிழிக்கப்பட்டு
வழிந்துக்கொண்டிருந்தது கோரம்.

ம்ஹூம்... இதில் எதுவுமேயில்லை.
நான் அடையாளங் காட்டப்போகும் பிணம்
உங்களுக்குத் தெரியுமாயின்
தயவு செய்து காண்பித்துக் கொடுங்களேன்
என்னுடைய சவத்தை.
∎

இசைக்கும் வயலினுக்குக் குருதியின் நிறம் வலங்கைமான் நூர்தீன்

மனக் கழிவுகள்

பேருந்து நிலையத்தின் துர்நாற்றம் பீடித்த
இலவசக் கழிப்பறைக்குள் நுழையுமவன்
அவசர அவசரமாக தன் கையிலிருக்கும் கரிக்கட்டியால்
அழுக்கும், சளியும், வெற்றிலை எச்சில் கறைகளுடன்
மூத்திர வீச்சமடிக்கும் சுவரில்
ஆண் பெண் அந்தரங்க உறுப்புகளை வரைந்து
அம்புக்குறியிட்டு அங்கங்களின் பெயர்களை
கொச்சை வார்தைகளால் எழுதிவிட்டு வெளியேறுகிறான்.

சமீபத்தில் அவனுக்கது முற்றிய நோய்.
ஆண்ட்ராய்டின் நீலப்படங்களாலும்
ஆன் லைன் சரோஜாதேவி கதைகளாலும்
மர்ம உறுப்புகளின் மன்மத ஓவியனாகியிருந்தான்.

பஸ் ஸ்டாண்ட் அருகிலிருக்கும் டாஸ்மாக்கிலிருந்து
தள்ளாட்டத்துடன் மூத்திரத்திற்கு
உள்ளே நுழையும் வேறொருவன்
ஆபாச ஓவியங்களின் கீழே
கெட்ட வார்த்தைகளால் முனகிக்கொண்டே
தன் பால்பாயிண்ட் பேனாவால் ஆவேசமாக எழுதுகிறான்
அவன் இச்சைக்கும், ஆசைக்கும் மடங்காத
முகநூல் தோழியின் அலைபேசி எண்ணை.

■

வலியவர்களின் ஆயிலும் எளியவர்களின் ஆயுளும்

வானம் கருத்துக் கொண்டிருக்கும் இவ்வேளையில்
தொடர்ச்சியான குண்டுவெடிப்புகளில்
கந்தகப் புகையை நிரப்பிச் சூழ்ந்திருக்கும் போர்மேகங்கள்.
புழுதி படிந்த ராணுவ ஜீப்களுக்கு மத்தியில்
கோரவாயில் ராட்சத சிகரெட்டின் அனல் அடங்காத
அப் பீரங்கியின் முன்பு கறுப்பு அபயா அணிந்தவளை
இறுக அணைத்துக் கதறும் பிஞ்சுகளை
கோழியிடமிருந்து துரத்திய குஞ்சுகளாய்ப் பிய்த்தெறிந்து
தன் இடக் கையால் அவளின் வலக் கன்னத்தில்
வலிய அறைவிட்டுத் தயாராகநிற்கும் பிக்அப்பில் நெட்டித் தள்ளுகிறான்.
இன்னும் சிறிது நேரத்தில் இப் பாலைவனத்தின்
எங்கோ ஒரு மூலையில் துன்புறுத்தப்பட்டு கழுத்தறுபடப் போகும்
அவளின் குருதி படர்ந்த முகத்தில்
அப்பட்டமாகத் தெரிவது லுப்னா தான்.

துப்பாக்கிச் சத்தங்களும் ஆம்புலன்ஸ் கதறல்களும்
மரித்த சடலங்களும், கூக்குரலிடும் குற்றுயிர்களும்
நெரிசலாகிக் கிடந்த
மின்சாரம் துண்டிக்கப்பட்டுப் பிணவறையாகியிருக்கும்
மருத்துவமனையின் ரத்தம் தோய்ந்த கட்டிலில்
சரீரம் மொத்தமும் ஃபில்லட் குண்டுகளால் துளைக்கப்பட்டு
“இங்கு நடக்கும் அநியாயங்களைக் கண்டிப்பாக நான் அல்லாவிடம் போய்ச் சொல்வேன்...”
ரணங்களில் உடைந்து அராபிய மொழியில்
சிதைந்தழும் ஒன்பது வயதுச் சிறுமியின் குரல்
அச்சு அசலாக ஃபைஹாவுடையது.

கடல் அலைகளின் இரைச்சல் வஞ்சிக்கப்பட்டவர்களின் வயிற்றெரிச்சலைப் போலிருக்கிறது.
எப்பவாவது மீன்கள் செத்துக் கரையொதுங்கும்.
இன்று ஒதுங்கிய உயிரற்ற உடல் ஆறு வயதுச் சிறுவனுடையது.
சிவப்பு நிற ஆடையும் கேன்வாஸ் சூவுடன்
ஈரம் படிந்த மணல் முகத்தில் அப்பி
ரினான் குப்பறப்படுத்து தூங்குவதைப் போலிருந்தது.

அரேபிய நாடு பிணங்களின் காடாகியிருந்தது.
பிணந்தின்னும் கழுகுகளாக வானில் வட்டமடித்த
ஆளில்லா அலுமினியப் பறவைகளிலிருந்து
இரசாயனங்களை மழையாகப் பொழியும் சத்தமில்லாக் கொல்லிகளால்
உதிர்ந்த மலர்களாகியிருக்கும்
உடல் குவியல்களுக்கிடையில்
கட்டியணைத்த டெடி பியரும் யுத்த பூமியிலும் ஒரு கையில் வெடிக்காத
பலூனுடன் சலனமற்றுக் கிடக்கும்
இரண்டரை வயதுச் சிறுவன்
எந்நேரமும் தன்னை சோட்டா பீமாக நினைக்கும்
நிஹானை நினைவூட்டினான்.

வலியவர்களின் ஆயிலுக்காக
எளியவர்களின் ஆயுளைக் குடிக்கிறார்கள்.
எங்கள் பூமிக்கடியில் பெட்ரோலும்
எங்கள் பூமியின் மேல் ரத்தமும்
வற்றா நதிகளாக ஓடிக்கொண்டிருக்கும் இந்நாட்களில்
ஆதரவற்ற அகதிகளாகி
தஜ்ஜாலின் வருகைக்காக துவா செய்து காத்திருக்கிறோம்.
அப்படியாவது சீக்கிரம் வரட்டும் கியாமத் நாள்.

கண்கள் பொத்திய ஊடகங்களையும்
காதுகள் பொத்திய நீதிகளையும்
வாய்கள் பொத்திய மக்களையும்
தஜ்ஜாலின் வருகைக்கு முன் காணமலிருப்பதற்காகவே
சிப்பாய்களால் கபாலம் சிதைக்கப்பட்டு
கானகத்தின் ஒரு மூலையில் அழுகிக் கொண்டிருக்கும் பிணம்
உங்களுக்கும் என்னைப் போலவே தெரியலாம்.

■

நஞ்சு வாங்கக் கடனும், இலவசமாய் அரிசியும்

மெட்ரோ சிட்டி
ஹைடெக் கார்டன்
ராயல் என்கலேவ்
எக்ஸ்பிரஸ் டவுன்

என்பெதெல்லாம் கிராமங்களில் பதாகைகள் வைத்து
கல் பதித்து டி.டி.சி.பி. அப்ரூவலுடன்
நகரவாசிகளுக்கு விற்பனையாகிக் கொண்டிருக்கும்
பூர்வக்குடிகளின் முப்போகம் விளைந்த நிலங்கள்.

எரியப்போகும் விவசாயி பிணத்தின்
நெற்றிக்காசை வெட்டியானுக்கு முன்னே
பிய்த்தெடுக்கும் கோரக் கரம்
அவனுக்கு நஞ்சு வாங்கக் கடன் கொடுத்த
கார்ப்பரேட் வங்கியினுடையது.

தென்றல் நகர்
பசுமைக் குடில்கள்
காவேரிப்பாக்கம்
நெற்களஞ்சியம்

இவையெல்லாம் மெட்ரோபாலிட்டன் சிட்டி முழுவதும் போஸ்டர் ஒட்டி
தினசரிகளில் கால்ப் பக்கம் விளம்பரங்களுடன்
தினமும் காலையில் பிரபலத் தொலைகாட்சிகளில்
நெடுந்தொடர் நடிகைகளால் கவர்ந்திழுக்கப்பட்டு
நகரங்களின் புராதன
ஏரிகளையும், ஆறுகளையும், குளங்களையும்
வடிகால்களையும் ஆக்கிரமித்து
அபார்ட்மெண்ட் வீடுகளாகவும்,
சி.எம்.டி.ஏ. அப்ரூவலுடன் மனைகளாகவும்
லகரங்களிலும், கோடிகளிலும்
சில சதுரடிகளை வாங்குவதற்கு
மண்டையை உருக்கும்
அக்னி வெய்யிலையும் பொருட்படுத்தாமல்
வரிசையில் மல்லுக்கட்டி நிற்பவர்களுக்கு
இலவசமாய் வழங்குகிறது ரியல் எஸ்டேட் நிறுவனம்
ஒரு சிப்பம் மரபணு மாற்றம் செய்த அரிசியையும்.

■

கடைசித் தெரிவு

சட்டை மாட்டியின்
இரண்டாவது கொக்கியில் சட்டையையும்
நான்காவது கொக்கியில் சாவிக்கொத்தையும்
தொங்கவிட்டவன்
முதலாவது, மூன்றாவது, ஐந்தாவது
கொக்கிகள் வலுவில்லையென
கருதியிருப்பான் போல.
மின்விசிறியைத் தேர்ந்தெடுத்திருந்தான்.
∎

படைப்பு பதிப்பகம் வெளியீடுகள்

2021

1. கனவுப் பிரதிமை - விஜி வெங்கட்
2. பேச்சியம்மாளின் சோளக்காட்டு பொம்மை - கா.சோ.திருமாவளவன்
3. இசைக்கும் வயலினுக்கு குருதியின் நிறம் - வலங்கைமான் நூர்தீன்
4. நிழலின் வெளிச்சம் - கடையநல்லூர் பென்ஸி
5. WATER AND VIRTUAL WATER - G.Leela
6. சிவனாண்டி - ப.தனஞ்செயன்
7. சாம்பல் மேட்டில் அமரும் வண்ணத்துப்பூச்சி - ஆரூர் தமிழ்நாடன்
8. செம்மண் - சிபி சரவணன்

2020

1. இடரினும் தளரினும் - விக்ரமாதித்யன்
2. கன்னத்துப்பூச்சி - மணி சண்முகம்
3. நிறமி - ஆண்டன் பெனி
4. யமுனா என்றொரு வனம் - ஆண்டன் பெனி
5. காலநதி - ஆரூர் தமிழ்நாடன்
6. என்மனார் புலவர் - கரிகாலன்
7. தேநீரைக் கைதொழுதல் - மணி சண்முகம்
8. பெருஞ்சொல்லின் குடல் - மா.காளிதாஸ்
9. கவிதை அனுபவம் - இந்திரன் | வ.ஐ.ச.ஜெயபாலன்
10. புத்தனின் கடைசி முத்தம் - லக்ஷ்மி
11. நீந்தத் தெரியாத அய்யனார் குதிரை - வீ கதிரவன்
12. நோம் என் நெஞ்சே - கரிகாலன்
13. உதிர் நிழல் - கி.கவியரசன்
14. தனிமை நாட்கள் - பிரபுசங்கர் க
15. சிப்ஸ் உதிர் காலம் - கவிஜி
16. மணிப்பயல் கவிதைகள் - மணி அமரன்
17. கார்முகி - கோபி சேகுவேரா
18. சைகைக் கூத்தன் - முகமது பாட்சா

2020	படைப்பு பதிப்பகம் வெளியீடுகள்
	19. பொய்மசியின் மிச்சம் - மதுசூதன் 20. ஆ காட்டு - மு.முபாரக் 21. முழு இரவின் கடைசித் துளி - ப.தனஞ்ஜெயன் 22. புத்தன் மீன் வளர்க்க ஆசைப்படுகிறான் - வழிப்போக்கன் 23. யாயும் ஞாயும் - ஜே.ஜே.அனிட்டா 24. THE LIBERATION SONG OF A WOMENS BODY - Dr.NaliniDevi 25. கெணத்து வெயிலு - காதலாரா 26. காலாதீதத்தின் சுழல் - ரத்னா வெங்கட் 27. பெண் பறவைகளின் மரம் - மதுரா (தேன்மொழி ராஜகோபால்) 28. நட்ட கல்லும் பேசுமோ - பிரேமபிரபா 29. நீ துளையிட்ட எனது புல்லாங்குழல் - ஜின்னா அஸ்மி 30. நான் உன்னுடைய துறவி - தி.கலையரசி 31. பழுத்த இலையின் அடுத்த நொடி - குமார் சேகரன் 32. நீளிடைக் கங்குல் - ராஜி வாஞ்சி 33. மைனாவை பேசச்சொல்லிக் கேட்பவர்கள் - ஜின்னா அஸ்மி (படைப்பு மின்னிதழ்களில் வந்த கவிதைகளின் தொகுப்பு) 34. 64 கட்டங்களில் தனித்திருக்கும் ராணி - ஷெண்பா 35. பச்சையம் என்பது பச்சை ரத்தம் - பிருந்தா சாரதி 36. ஏவாளின் பற்கள் - காயத்ரி ராஜசேகர் 37. உன் கிளையில் என் கூடு - கனகா பாலன் 38. கீரக்காரம்மா - முத்து விஜயன் 39. அக்கை - அழ ரஜினிகாந்தன் 40. அம்மே - சலீம் கான் (சகா) 41. ஹைக்கூ தூண்டிலில் ஜென் - கோ.லீலா 42. வாவ் சிக்னல் - ராம்பிரசாத் 43. புரவிக் காதலன் - 14 எழுத்தாளர்கள் 44. குடையற்றவனின் மழை - கா.அமீர்ஜான் 45. நெடுநல் இரவு - மௌனன் யாத்ரிகா

படைப்பு பதிப்பகம் வெளியீடுகள்

2019

1. நம் காலத்துக் கவிதை - விக்ரமாதித்யன்
2. ஆரிகாமி வனம் - முகமது பாட்சா
3. எறும்பு முட்டுது யானை சாயுது - கவிஜி
4. சொல் எனும் வெண்புறா - மதுரா (தேன்மொழி ராஜகோபால்)
5. யாவுமே உன் சாயல் - காயத்ரி ராஜசேகர்
6. நீர்ப்பறவையின் எதிரலைகள் - குமரேசன் கிருஷ்ணன்
7. பொலம்படை கலிமா - ஜோசப் ஜூலியஸ்
8. நீ பிடித்த திமிர் - அகதா
9. இசைதலின் திறவு - ஜானு இந்து
10. மறை நீர் - கோ. லீலா
11. தேநீர் கடைக்காரரின் திரவ ஓவியம் - பிரபு சங்கர். க
12. எரியும் மூங்கில் இசைக்கும் நெருப்பு - நடன. சந்திரமோகன்
13. வேர்த்திரள் - சலீம் கான் (சகா)
    (பரிசுப்போட்டிக்கு வந்த கவிதைகளின் தொகுப்பு)
14. வான்காவின் சுவர் - ஜின்னா அஸ்மி
    (படைப்பு மின்னிதழ்களில் வந்த கவிதைகளின் தொகுப்பு)
15. இருளும் ஒளியும் - பிருந்தா சாரதி

2018

1. நீர் வீதி - ஜின்னா அஸ்மி
   (படைப்பு மின்னிதழ்களில் வந்த கவிதைகளின் தொகுப்பு)
2. பாதங்களால் நிறையும் வீடு - ஜின்னா அஸ்மி
   (பரிசுப்போட்டிக்கு வந்த கவிதைகளின் தொகுப்பு)
3. உயிர்த்திசை - சலீம் கான் (சகா)
   (பரிசுப்போட்டிக்கு வந்த கவிதைகளின் தொகுப்பு)
4. வெட்கச் சலனம் - அகராதி
5. சிண்ட்ரெல்லாவின் தூரிகை - குறிஞ்சி நாடன்
6. அசோகவனம் செல்லும் கடைசி ரயில் - அகதா
7. என் தெருவில் வெஸ்ட் மினிஸ்டர் பாலம் - கோ. ஸ்ரீதரன்
8. அஞ்சல மவன் - கட்டாரி
9. கடவுள் மறந்த கடவுச்சொல் - ஜின்னா அஸ்மி
10. கை நழுவும் கண்ணாடிக் குடுவை - கவி விஜய்

2017

1. மௌனம் திறக்கும் கதவு - ஜின்னா அஸ்மி
   (படைப்பு மின்னிதழ்களில் வந்த கவிதைகளின் தொகுப்பு)
2. நதிக்கரை ஞாபகங்கள் - ஜின்னா அஸ்மி
   (பரிசுப்போட்டிக்கு வந்த கவிதைகளின் தொகுப்பு)
3. உடையாத நீர்க்குமிழி - ஜின்னா அஸ்மி
   (பரிசுப்போட்டிக்கு வந்த கவிதைகளின் தொகுப்பு)
4. இந்தப் பூமிக்கு வானம் வேறு - ஆண்டன் பெனி
5. நிலவு சிதறாத வெளி - காடன் (சுஜய் ரகு)
6. இலைக்கு உதிரும் நிலம் - முருகன். சுந்தரபாண்டியன்
7. நிசப்தங்களின் நாட்குறிப்பு - குமரேசன் கிருஷ்ணன்
8. நினைவிலிருந்து எரியும் மெழுகு - ஆனந்தி ராமகிருஷ்ணன்